மஹா பிடாரி

யுகபாரதி

நேர்நிரை

விலை: ரூ. 150/-
ISBN : 978-81-952838-9-7

மஹாபிடாரி * © யுகபாரதி * முதல் பதிப்பு : டிசம்பர் 2024 * பக்கங்கள்: 160 வெளியீடு: **நேர்நிரை**, *181, இரண்டாம் தளம், சி.வி.ராமன் தெரு, ராமகிருஷ்ணா நகர், ஆழ்வார்திருநகர், சென்னை – 600087. அலைபேசி : 98411 57958* * வடிவமைப்பு: தமிழ்அலை.

Mahaapidaari * Poems * © yugabharathi * First Edition: December 2024 * Pages: 160 * Published by **Nehrnirai**, Second Floor, 181, C.V.Raman Street, Ramakrishna Nagar, Alwarthirunagar, Chennai - 87. Cell: 9841157958 * E-mail: yugabhaarathi@gmail.com * Designs : Tamil Alai, Chennai. * cover art : ananddoss gupta * illustration drawings : rajendran palaiya

யுகபாரதி

யுகபாரதி, தஞ்சாவூரைப் பூர்வீகமாகக் கொண்டவர். கணையாழி, படித்துறை ஆகிய இதழ்களின் ஆசிரியர் குழுவில் ஆறு ஆண்டுகளுக்கு மேல் இலக்கியப் பங்களிப்பு செய்தவர். தொடர்ந்து இரண்டு முறை சிறந்த கவிதை நூலுக்கான தமிழக அரசின் விருதைப் பெற்றவர்.

இதுவரை பத்து கவிதைத் தொகுப்புகளும் பதின் மூன்று கட்டுரைத் தொகுப்புகளும் தன்வரலாற்று நூல் ஒன்றும் எழுதியுள்ளார். இந்நூல், இவருடைய பதினொன்றாவது கவிதைத் தொகுப்பு.

வெகுசனத் தளத்திலும் தீவிர இலக்கியத் தளத்திலும் ஒருசேர இயங்கிவரும் இவருடைய திரை உரையாடல்கள் குறிப்பிட்டுச் சொல்லத்தக்க கவனத்தைப் பெற்று வருகின்றன.

திரைமொழியையும் மக்கள் மொழியையும் நன்கு உணர்ந்த இவர், ஏறக்குறைய இரண்டாயிரம் திரைப் பாடல்களுக்குமேல் எழுதியிருக்கிறார். இவரே இன்றைய தமிழ்ச் சினிமாவின் முன்னணிப் பாடலாசிரியர்.

தன்னை மறந்த லயந் தன்னில்

மலையாளப் பெருங்கவிகளில் ஒருவரும், என் மனத்திற்கு உகந்த கவிதைகளின் பிதாவுமாகிய கே.சச்சிதானந்தன், ‘நஞ்சு கசியுமொரு / கரு நீலப் பெண்நாகம் / என் பாடல்’ என்றிருக்கிறார். அடுக்கு வார்த்தைகளில் அலையலையாக அவர் எழுதிச்செல்லும் படிமங்களும் குறியீடுகளும் பலசமயங்களில் என் நினைவுகளில் மோதி நிதானமிழக்க வைத்திருக்கின்றன. குறிப்பாக, அவருடைய காதல் கவிதைகளைச் சொல்லலாம். ‘உன் உதடுகள்’ என்றொரு கவிதை, அதில்,‘உன் உதடுகள் / அக்கரையும் இக்கரையுமாகும் / அவற்றுக்கிடையில் பொங்கிப் பெருகும் / நீரோட்டத்தில் நடுக்கத்துடனே / நான் என் நாக்குத் தோணியை இறக்குகிறேன்’ என்று எழுதியிருக்கிறார்.

இயல்பிலிருந்து விடுவித்துக்கொள்ள விரும்பாத காதல் மனம், ஆழ்ந்தகன்ற அன்பிலே நாளெல்லாம் நடுக்கத்துடனே ஒரு தோணிபோல மிதந்து செல்கிறது. காதலிக்கவே வாய்ப்பில்லாத ஒருவருக்குள்ளும் காதலைக் கிளர்த்திவிடும் அற்புதமான கவிதைகள் அவருடையவை. ‘நடுக்கத்துடனே நான் என் நாக்குத் தோணியை இறக்குகிறேன்’ என்கிற தொடர், இந்நூலின் ஆக்கத்தையும் தன்மையையும் ஒத்தவை. அவ்வப்போது

எழுதி, ஒருவரிடமும் காட்டாமல் வைத்திருந்த காதல் கவிதைகளே இந்நூலில் தொகுக்கப்பட்டுள்ளன. இளம்வயதில் யார் வீட்டு விசேஷத்திற்கோ போனபோது அங்கே யாராலோ தற்செயலாக எடுக்கப்பட்ட ஒளிப்படத்தைக் காலங்கடந்து பார்க்கையில் ஒருவித கூச்சமும் குறும்பும் தோன்றுமே அப்படித்தான் இக்கவிதைகள் எனக்குத் தோன்றுகின்றன.

உலக மொழிகளில் மிக அதிகமாகக் காதல் கவிதைகளே எழுதப்படுகின்றன. கவிதைக்குள் ஒருவர் எளிதாக நுழைய அதுவே வழி என்பதுபோலவும் கருதப்படுகிறது. ஆனால், எனக்கு அப்படியில்லை. காதல் கவிதைகள் எழுதுவது, வேறெந்த கவிதைகளை எழுதுவதைவிடவும் சிக்கலானது. உண்மையோ உணர்ச்சியோ இல்லாமல் ஒரு நல்ல காதல் கவிதையை எழுத வாய்ப்பில்லை. தவிர, ஒன்றேபோல் வரக்கூடிய பதங்கள், நம்மைக் கீழே சரித்துவிடும் அபாயத்தைக் கொண்டிருக்கின்றன.

ஒரே பாதையில் ஓராயிரம்பேர் பயணிக்கையில் எந்தச் சுவடு எவருடையதெனத் தெரியாமல் போவதுபோல நாமே நம்மைத் தொலைத்துவிடவும் நேரலாம் என்பதால் காதல் கவிதைகளை நான் குறைவாகவே எழுதி வந்திருக்கிறேன். இப்போது வந்துள்ள இந்நூல், என்னுடைய நீண்ட காலச் சேமிப்பால் சாத்தியப்பட்டிருக்கிறது.

குறிப்பாக, இக்கவிதைகளில் பலவும் 'குமுதம்' வார இதழில் வெளிவந்தவை. நண்பர் மானா பாஸ்கரனின் அன்பின் நிமித்தமே அவை பிரசுரம் கண்டன. ஏனைய கவிதைகள் என் பழைய குறிப்பேடுகளில் சிதறிக் கிடந்தவை. என்றாலும், அவை அனைத்தையும் தற்போதைய என் புரிதலுக்கேற்ப மறு ஆக்கம் செய்திருக்கிறேன். நூலாக்கத்திற்கு உதவிய பாலமுருகன், இசாக், காளிராஜ், செங்கை நன்மாறன்,

புதுவை சீனு.தமிழ்மணி ஆகியோருக்கு என்றும் என் நன்றியும் முத்தங்களும். நூலில் இடம்பெற்றுள்ள உள் ஓவியங்கள், இராஜேந்திரன் பாலய்யாவினுடையவை. ஒன்றுக்குப் பத்தாக ஓவியங்களை வழங்கிய அவருக்கும், அவரை அறிமுகப்படுத்திய ஓவியர் விஸ்வத்திற்கும் என்னுடைய பிரியங்கள். என்னுடைய காதல் கவிதைகள், மொழியின் சாத்தியத்திலிருந்து பிறப்பவை அல்ல. சமகால வாழ்விலிருந்தும், அது சம்பவிக்கும் நிகழ்வுகளிலிருந்துமே உருவாகுபவை. ஒன்றேபோல் இன்னொன்று எனும் தொனியை அறவே தவிர்த்துள்ளேன்.

இன்றைய நவீன கவிதைகள், உரைநடைக்கு மிக அருகில் வந்துவிட்ட போதிலும் இயல்பாகக் கவிதைகளில் இயைந்துவரும் ஓசையை நான் வலிந்து விலக்குவதில்லை. தவிர, இதுவரை சொல்லாமல் விட்ட பகுதியிலிருந்தே நான் கவிதைகளைத் திறந்துகொள்கிறேன்.

சாராய நெடியும், மாமிச வாடையும் என் கவிதைகளில் உண்டு. கொடியடுப்பில் குடல்கறி வேகக் கண்டதும், காதலில் குதூகலிக்கும் சொந்தங்களை நான் என் கவிதைகளில் மகிமைப்படுத்துகிறேன். எளிய பின்னணியில் இருந்தே இந்நூலில் இடம்பெற்றுள்ள கவிதைகள் வந்துள்ளன. இவற்றை எழுதும்போது என்னையுமறியாமல் ஊற்றெடுத்த உற்சாகத்திற்கு அளவில்லை. 'எந்தச் சமயத்தில் / எந்தக் கதவு / திறக்கும் என்று / யார்தான் சொல்ல முடியும்?' என்று நகுலன் எழுதுவாரே, அப்படித்தான் இக்கவிதைகள் என்னையும் உணர வைக்கின்றன.

ஒரு காட்சியோ சம்பவமோ கவிதையாகும் தருணம் அலாதியானது. பாறைமீது சிதறிக்கிடக்கும் மஞ்சள் பூக்கள், புலிக்குட்டியைப்போல் தோன்றுவதாக ஓர் உவமையை நெடுவெண்ணிலவினார் எழுதியிருக்கிறார்.

'கருங்கால் வேங்கை வீயுகு துறுகல்' எனத் தொடங்கும் குறுந்தொகைப் பாடலே அது. அப்பாடலில் வரும் 'இரும்புலிக் குருளையின் தோன்றுங் காட்டிடை / எல்லி வருநர் களவிற்கு / நல்லை யல்லை நெடுவெண்ணிலவே' என்னும் வரிகள் கவனிக்கத் தக்கவை. குட்டி எனும் பதத்தின் பழஞ்சொல், குருளை. நுணுக்கிய அரிசியைக் குருணை என்பதுபோல.

இரவில் மட்டுமே வந்து தன்னைப் பார்த்துச்செல்லும் காதலனைக் கடிந்துகொள்ள மனமில்லாத காதலி, அத்தகவலைத் தோழியின் வழியே கடத்துகிறாள். நான்கே வரிகளில் மொத்த மனநிலையையும் நெடுவெண்ணிலவனார் வெளிப்படுத்திவிடுகிறார். உரையாசிரியர்கள் அப்பாடலுக்கு எத்தனையோ விதமாகப் பொருள் சொல்கிறார்கள். என்றாலும், கரும்பாறை, மஞ்சள் பூக்கள், புலிக்குட்டி ஆகிய சொற்களே ஒரு கவிதைக்குப் போதுமானவை.

அக்கவிதையை உள்வாங்கி, 'பாறையில மஞ்சப்பூதாம் / பாக்கையில புலிக்குட்டி; அவுக / வாரயில சீறுச்சின்னா / வாழ்விழந்து போவேனே / ஊரறியா உறவுயிது / உள்ளத்துல வளருதடி / யாருமத அறிஞ்சிப்புட்டா / ஏங்கதியும் எடஞ்சலடி / இராத்திரியில் வரவேணாம் / இரகசியமா தொடவேணாம் / காத்திருக்கேன் அவருக்காக / கைப் பிடிக்க வரச்சொல்லு / கண்டவுக பாக்குமுன்னே / கல்யாணம் நடந்திடவே / தெண்டனிட்டுக் கிடக்கையிலே / தெளிநிலவும் மருட்டுதடி' என்று நாட்டுப்புறச் சந்தத்தில் ஒருமுறை எழுதிப் பார்த்தேன்.

அதேபோல அனைத்துச் சங்கப் பாடல்களையும் நாட்டுப்புறச் சந்தத்தில் எழுதும் ஆவலுண்டு. ஒரு மொழி தொன்மையால் மட்டுமன்றித் தொடர்ச்சியாலும் வாழ்வாங்கு வாழ்வதே கொடுப்பினை. அத்தகைய கொடுப்பினை தமிழுக்கு வாய்த்திருக்கிறது.

வரலாற்றிலும், பண்பாட்டிலும் தன்னை வளப்படுத்திக் கொண்டுள்ள தமிழின் அழகியல் பார்வைகள், அழியாத் தன்மையுடையவை. அந்தத் தொடர்ச்சியை உள்வாங்காமல் இன்றைய கவிதைகளை வளர்த்தெடுக்க வழியில்லை. நவீன கவிதைகளின் வரவிற்குப் பின் தமிழில் நிகழ்ந்துள்ள மாற்றங்கள், மரபையும் பண்பாட்டையும் துண்டித்துவிட்டனவோ எனத் தோன்றுகிறது.

பன்னெடுங்காலப் பாரம்பரியத்தை விட்டுவிடாத அதேசமயம் நவீனத்தையும் உள்ளடக்கிய கவிதைகளே இன்றைய தேவை. இந்நூலில் நான் மேற்கொண்டுள்ள முயற்சிகள், 'இடையே ஒரு தலைகீழ்க் கருஞ்சுடர் / எரிந்தெரிந்து அழைக்கும்' என்று எழுதிச் சென்ற பிரமிளைக் காண்பிப்பதன்று.

வர்க்க அடுக்கில் கீழுள்ளவரின் இரசனைகளும் இரம்மியங்களும் எப்படியெல்லாம் விரிகின்றன என்பது மட்டுமே. ஆதித் தமிழரின் வாழ்வில் கலந்துள்ள சாரத்தையும், காரத்தையும் பகட்டில்லாச் சொற்களில் எழுதிப் பார்த்திருக்கிறேன். நாட்டாரியலில் தென்படும் படிமங்களை நவீன கவிதைக்குள் கொண்டுவர இயலுமா என்றும் முயன்றிருக்கிறேன். கூட்டியோ நீட்டியோ கூறியிருந்தாலும், அந்தக் கூட்டிலும் கூண்டிலுமே நானிருப்பது பெருமிதமே. உண்மையில் கவிதைகள் எனக்களித்த நம்பிக்கைகளும், நன்மைகளும் சமகாலத்தில் வேறு எவருக்கும் வாய்த்தனவா எனத் தெரியவில்லை.

தொண்ணூறுகளின் இறுதியில் வெளிவந்த என்னுடைய 'மனப்பத்தாயம்' கவிதைநூல், என் மொத்த வாழ்வையும் செழிப்பான திசைநோக்கி நகர்த்திற்று. அந்நூலை உருவாக்க நான் பட்டப்பாடுகளும், பரிதவித்த சூழல்களும் அதன்பின் எனக்கு நிகழவே இல்லை. என் கால்களை வலுவாக இம்மண்ணில்

ஊன்றி நிற்க அந்நூலில் இடம்பெற்றிருந்த கவிதைகளே உதவின. கனவுபோல் காலங்கள் கரைந்தோடிவிட்டன. அந்நூலின் வழியே பத்திரிகையிலும், திரைத்துறையிலும் எனக்கான இடத்தை நிறுவிக்கொள்ள முடிந்திருக்கிறது. கவிதைகளால் என்னசெய்துவிட முடியும் என்கிற கேள்விக்கு என்னிடம் பதிலிருக்கிறது.

கவிதைகளால் ஒருவனுடைய லௌகீக வாழ்வை முற்றாக மாற்றிவிட முடியும். பித்துற்றுப் பின்னே நின்றிருந்தவனை அகத்திலும், புறத்திலும் முன்னேற்றும் முனைப்பு அவற்றுக்குண்டு. 'கவிதையைக் கள்ளச்சொல் என்கிறாயே / வேண்டுமென்றுதானே?' என ஒரு கவிதையில் கு.ப.ராஜகோபாலன் கேட்டிருக்கிறார். காதலை முன்வைத்து எழுதப்பட்ட அக்கவிதையில் 'கள்ளச்சொல்' என்னும் பதம் என்னைக் கவர்ந்தது. காதலுக்குள் கவிதை, கள்ளச்சொல்லாகப் பார்க்கப்படுவதைக் கு.ப.ரா.வே முதலில் சிந்தித்திருக்கிறார்.

இரண்டு சொற்களை இணைத்து ஓர் அழகிய கேள்வியை அவர் உருவாக்கியிருக்கிறார். 'சிறிது வெளிச்சம்' நூலில் இடம்பெற்றுள்ள அதே கவிதையில், 'பிறை வெளுத்த பின் மாலையில் / இருள் வெள்ளம் வடிந்த வைகறையில்' என்று இரு வரிகளை இணைத்திருக்கிறார். இருளை வெள்ளமாகவும் அது வடிவதே வைகறையாகவும் அவரால் காண முடிகிறது.

இந்நூலில் இடம்பெற்றுள்ள கவிதைகள் முழுக்க முழுக்க காதலையே முதன்மையாகக் கொண்டவை என்பதால் 'கள்ளச்சொல்' என்பதையே தலைப்பாக்கலாமா என்றுகூட யோசித்தேன். காலகதியில் கள்ளமென்ற சொல்லுக்கு நேரடிப் பொருளைக் கொண்டுவிட்டால் விபரீதமாகிவிடுமே என்று நண்பர்கள் தெரிவித்ததால் தவிர்த்துவிட்டேன். ஒரு கவிதையையோ சொல்லையோ நேரடியாகப் பொருள் கொள்வதில்

நிறைய சிக்கலிருக்கிறது. உதாரணமாக, 'திங்களைப் பாம்பு கொண்டற்று' என்று ஓர் உவமையை வள்ளுவர் எழுதியிருக்கிறார். அக்குறள், 'கண்டது மன்னும் ஒருநாள் அலர்மன்னும் / திங்களைப் பாம்புகொண் டற்று' என்பது. 'அலர் அறிவுறுத்தல்' அதிகாரத்தில் வரக்கூடிய அக்குறள், 'அவனை நான் ஒரே ஒருமுறைதான் கண்டேன். ஆனால், அந்தச் செய்தியோ திங்களை மறைத்துக்கொண்ட மேகத்தைப்போல் எல்லோருக்கும் தெரிந்துவிட்டதே' என்னும் பொருளை உடையது. ஆனால், உரையாசிரியர்களோ நிலவைப் பாம்பு விழுங்கியதாகவும், அதுபோல் அவளை அவன் ஒரே நாளில் விழுங்கியதாகவும் எழுதியிருக்கின்றனர்.

இன்னும் சிலபேர், திங்களைப் பாம்பு கொள்ளுதல் அல்லது விழுங்குதல் என்பது புராணக் கதைகளில் வருவதை ஒட்டிய சிந்தனையே என்று சிலாகித்திருக்கின்றனர். அறிவியல் வளராத காலத்திலேயே சந்திர கிரகணத்தை வள்ளுவர் எழுதிவிட்டார் என்று மகிழ்பவர்களும் உண்டு.

சூரியனையும் சந்திரனையும் தவளை விழுங்குவதால் கிரகணம் ஏற்படுவதாக வியட்நாமிலும், ஓநாய் கடித்து விழுங்குவதால் என்று ஸ்கேண்டினேவியன் நாடுகளிலும் நம்பப்படுகிறது. அப்படி ஒரு நம்பிக்கை நம்மிடமும் உள்ளதால், திங்களைப் பாம்பு கொண்டற்று என்று வள்ளுவர் எழுதியதாக வகுப்பெடுப்பவர்கள் இப்போதும் இருக்கிறார்கள்.

வள்ளுவரால் தமிழுக்குச் சேர்ந்துள்ள பெருமைகள் அளவிட முடியாதவை. அவரை ஏற்றுவதும் போற்றுவதும் தக்கதே. எனினும், இல்லாத அல்லது அவர் சொல்லாத ஒன்றைக் கற்பிப்பது கவலைக்குரியது. வள்ளுவர் எதை எழுதினாலும் அது, சங்கப் பாடல்களின் தொடர்ச்சியாகவே வந்திருக்கிறது. அரவு நுங்கு மதியின், அரவு நுங்கு மதியுனுக்கு, பாம்பு ஒல்லை மதியம்

மறைய என்பன சங்கப்பாடல்களில் இடம்பெற்றுள்ள தொடர்கள். பாம்பு எனும் சொல்லுக்கு மேகம் என்றொரு அர்த்தமுமிருக்கிறது. 'ஒளிமிகுந்த நிலவை மேகம் மறைத்துக்கொண்டதைப்போல, ஒரே நாளில் அவன் பார்வை என்னை மறைத்துக்கொண்டதை ஊரார் பார்த்துவிட்டார்கள்' என்றும் அக்குறளுக்கு அழகு சேர்க்கலாம்.

வள்ளுவரின் அடிகள் ஒவ்வொன்றும் காமதேனுவின் மடியைப்போலச் சுரந்து கொண்டேயிருப்பவை. அதிலும், காமத்துப்பாலில் அவர் விளைவித்துக் கொடுத்துள்ளவை இருக்கின்றனவே அவற்றை வாசித்து ருசிக்க வாழ்நாள் போதாது. 'மலரினும் மெல்லிது காமம்' என்ற அவருடைய ஒருவரி, எத்தனையோ கதைகளுக்குத் தேர் அச்சாக அமைந்திருக்கிறது. கம்பர்கூட ஓரிடத்தில் 'மந்திரமில்லை வேறோர் மருந்தில்லை / மையல் நோய்க்குச் / சுந்தரக் குமுதச் செவ்வாய் ஆதலால் / அமுதச் சொல்வீர்' என்று வள்ளுவரைப் பிரியத்துடன் பெயர்த்திருக்கிறார்.

காதல் கவிதைகளில் தென்படும் மற்றொரு மகிமை அது, எழுதியவனை முன்னிலைப் படுத்துவதில்லை. எங்கே அக்கவிதை தொடங்கியதோ அங்கிருந்து விலகி வேறு வேறு திக்கிற்குச் சென்றுவிடும். ஓர் ஆண் எத்தகைய அன்புடன் வெளிப்பட்டாலும், அதை ஒரு பெண் ஏற்கும் பட்சத்தில்தான் காதலாக மாறுகிறது. 'தெய்வம் கல்லிலா / ஒரு தோகையின் சொல்லிலா' என்று 'வான் நிலா நிலா அல்ல' பாடலில் கண்ணதாசன் கேள்வி எழுப்புவார்.

எதை எதையோ கேள்விகளாக அடுக்கிக்கொண்டே வரும் அவர் இறுதியில், 'சொந்தம் இருளிலா / ஒரு பூவையின் அருளிலா' என்றிருப்பார். கேள்வியிலேயே பதிலையும் சொல்லிவிடும் சாமர்த்தியம் அவருடையது. ஒரு பெண் மனது வைக்காமல் காதலோ இன்னபிற

இன்பங்களோ கிடைப்பதில்லை. அருள் என்னும் சொல், மனது வைத்தால் மட்டுமே அளிக்கப்படுவது. அன்பின் அடுத்த நிலையான பக்தியை எவர் எட்டுகிறாரோ அவருக்கே அருள் வாய்க்கும். அதேபோல பாரதியின் அழகிய சொற்றொடர்களில் ஒன்று, ‘தன்னை மறந்த லயந் தன்னில்’ என்பது. அவர், மறந்த நிலையை லயமென்கிறார். நிலையென்றால் நின்றுவிடுவது. லயமென்றாலோ ஊஞ்சலைப்போல அங்குமிங்கும் ஊடாடி மிதப்பது. அவளுடைய நினைவுகளில் ஊடாடியபடியே இருக்கிறேன் என்பதை லயமென்னும் சொல்லால் கட்டியிருக்கிறார்.

இந்நூலில் அமைந்துள்ள கவிதைகள் அத்தகைய லயத்துடன் அமைந்திருக்கின்றனவா என்பதை நீங்களே சொல்ல வேண்டும். அவரே மங்கியதோர் நிலவினில், ‘தாகமறிந்து ஈயும் அருள் வான் மழைக்கே உண்டோ?’ என்றதும் நினைவிற்கு வருகிறது. இக்கவிதைகளில் நான் மட்டுமே இல்லை. நானும் கொஞ்சம் தென்படலாம். எனவே, இக்கவிதைகளை வாசித்துவிட்டு, ‘அந்தப்பெண் தற்போது எங்கே, எப்படி இருக்கிறார்?’ என்னும் கேள்விகளைத் தோழர்கள் தவிர்க்குமாறு கேட்டுக்கொள்கிறேன். சில கேள்விகளுக்கு என்னிடம் பதிலில்லை. கவிதையென்பது கள்ளச்சொற்களின் விளையாட்டு. காதலும், காதலைப் போன்றதும்கூட அப்படியே.

நிறைய பிரியமுடன்,

யுகபாரதி

98411 57958

மையல் மிகு வாழ்புலம்
கடற்கரய் மத்தவிலாச அங்கதம்

பாரதி, 'ஆதலினால் காதல் செய்வீர் உலகத்தீரே' என்றான். 'காதல் போயின் சாதல்' எனச் சத்தம் போட்டதும் அவன்தான். 'காதலால் கலவி கிடைக்கும்' என்பது அவன் முன்மொழிந்த பொதுநிலை. ஆகவேதான் 'கலவியால் கவலை தீரும்' என்றான். 'மரணத்தைப் பொய்யாக்கும்' என்றும் அறைகூவல் விடுத்தான். உடலை மீறி உயிர்த்தெழும் நிலையே காதல்.

பிரிவை, ஊடலைச் சுகித்தன சங்கக் கைக்கிளைப் பாடல்கள். பாரதிக்குக் கண்ணம்மா ஓர் உருவகம். அவன் 'காற்றுவெளியிடையில் காதலை எண்ணிக் களித்தான்'. காதல் என்பது களிப்பு. புதுமைப்பித்தனின் அந்தரங்கம் கண்மணி கமலாவுக்கு எழுதிய கடிதமாக மலர்ந்தது. துணை இழந்த சாமிநாதசர்மா 'அவள் பிரிவு' என வருந்தினார். காதல் என்பது ஓர் உயர்நிலை. தனித்து வாழ்தல் கொடிது; கூடிவாழ உடல் வேண்டும்; இல்லையேல் நினைவுகள் தகும். தனியாக வாழலாம்; உள்ளம் தனித்து வாழாது. அதற்குத் துணை தேவை.

அன்புசெய்தல் அவசியம். ஆசையாக அது உள்ளத்தில் ஊறும். மணற்கேணிபோல் மனக்கேணி. அதைத்தான் உய்த்துணர்ந்து எழுதி இருக்கிறார் யுகபாரதி.

பாரதி, தன் கவிதையில் பாம்புப் பிடாரனைப் பாடினார். பாம்பாட்டியைப் பிடாரன் என்பர். யுகபாரதி, 'மஹா பிடாரி' என்கிறார். அது ஒரு மெய்யன்பு. பிடாரன், பிடாரியாக உருமாற்றம் கொள்கிறாள். பிடாரி என்பது பெண் தெய்வம். 'நீலகேசி' பிடாரிக்குத் தனிக் கோவிலிருந்ததை உறுதிசெய்கிறது. 'பிடர்த்தலை' என்கிறது சிலப்பதிகாரம். பிடாரியைக் குறிக்கிறது இந்தப் பிடர்த்தலை. பிடரியைப் பிடித்தாட்டுவது பேய்நிலை. முன்பு காதலைப் பிசாசு என்ற யுகபாரதி, இப்போது பிடாரிக்கு வந்து சேர்ந்துள்ளார். பிசாசு என்றால் பூதம். சிலப்பதிகாரத்தில் சதுக்கப்பூதம் என்பது தெய்வமாகக் குறிக்கப்படுகிறது. காதல் பிசாசாகும்போது தெய்வம் பூதமாகக்கூடாதா? இங்கு அகப்பேய்ச் சித்தர் என்பவர் நினைவில் உருள்கிறார்.

அடங்காப் பிடாரி என்பது இந்நாளில் வசவுச் சொல். ஆதிகாலத்தில் அஞ்சாதவள் என்பதே அதன் பொருள். வீரமகளைக் குறிக்கும் சொல் பின்னர் வசையானது. 'ஊருக்கு ஒரு பிடாரி. ஏரிக்கு ஓர் அய்யனார்' என்பது நாட்டார் வழக்கு என்கிறார் முனைவர் இராஜேஸ்வரி. அம்மனைப் பிடாதி, முப்பிடாதி என்பர். அதைப் பேசும் நாட்டுப்புறப் பாடல்கள் நிறைய உண்டு. பிடாரி என்பது இறைவியின் மறு உருவாக்கம். பாரதி இறைவி என்ற பதத்தைப் பயன்படுத்தியுள்ளான்.

பாரதியின் பிடாரன் தொடங்கி, யுகபாரதியின் 'மஹா பிடாரி' வரை தமிழ்க் கவிதை அகலப் பருத்துள்ளது. 'மனுஷக்குமாரியல்லள் மஹா பிடாரி' எனப் பாடுகிறார் யுகபாரதி. பிடாரி என்பது வேட்டைத் தெய்வம். நாகர் வழிபாட்டின் எச்சம். பீட ஹரி என்றால் அல்லல் அறுப்பவள். பாண்டியனின்

அவையில் நீதிகேட்டுத் தலைவிரிக் கோலமாக நின்ற கண்ணகியைக் கண்ட வாயிலோன், பிடாரி போல் தோற்றம் கொண்டுள்ளாள் என அரசனிடம் பொருள் கூறினான். சிலப்பதிகாரத்தில் பிடாரி, நீதியின் அடையாளம். அறத்தின் உரு என அறிகிறோம். எனவே 'நெஞ்சையள்ளும் சிலப்பதிக்காரம்' என்கிறான் பாரதி.

தாராதேவிதான் பிடாரியாக மறுவினாள் என்கிறார் மயிலை சீனி. வேங்கடசாமி. தஞ்சை மாவட்டம் பட்டுக்கோட்டையை அடுத்த சூரப்பள்ளத்தில் பிடாரிக்குக் கோவில் உண்டு. சென்னை உத்தண்டியில் பிடாரி, அகிலாண்ட அம்மனாக வீற்றிருக்கிறாள். எங்கள் பொழிச்சலூரில் பிடாரிக்கு வழிபாடு நடக்கிறது. சேரநாட்டில் முப்பிடாரி, முப்பிடாதி செல்வாக்கு உண்டு. அது பௌத்த எச்சம். பாலக்காட்டில் பிடாரிக்குக் கோவில் உள்ளது. அவள் நல்லாள்.

இராஜராஜன் காலம் வரை பிடாரி தெய்வமகள்தான். அவள் ஆதிகாலத் தெய்வம். ஆதியில் காதல் இருந்தது. வேத மார்க்கத்தில் ஏவாள் இருந்ததைப் போல் தமிழ் நிலத்தில் பிடாரி இருந்தாள். ஆகவே 'பிடாரிக்கோவிலுக்குப் பித்தளை விளக்கை நேர்ச்சையாகக் கொடுப்பேன்' எனக் கவி பாடுகிறார் யுகபாரதி. காதலை ஆதி நெருப்பு என்கிறார். காமம் என்பது தீ. பசி; வயிற்றுக்கு மட்டுமன்று; உடலுக்கும் உண்டு.

யுகபாரதிக்குப் பிடாரி காதல் உருவகம் என்றால், பாரதிதாசனுக்குக் காதல் எட்டிக்காய் படிமம். சிலநேரம் செங்கரும்பு. இல்லையெனில் எதிர்பாராத முத்தம். காதலிக்குக் கடிதம் எழுதிய அவர், 'வீட்டில் மான், மயில், பசு நலம்' என எழுதிச் செல்கிறார். ஆக, காதலன் சுகம் இல்லை என்பது உட்பொருள். இவருக்கு 'கடைக்கண் கன்னியர் காட்டிவிட்டால் மாமலை ஓர் கடுகாகிவிடும்.' அவள் விழிப் பார்வை

விழுந்தால் சிரஞ்சீவியாவார் அவர். புலவர்கள் இளங்காதலைப் பாடியபோது முதியோர் காதலைக் குடும்ப விளக்காக்கியவர் பாவேந்தர். பாரதி மரபில் தையலைப் போற்றிக் காவியம் செய்வித்தவர்.

பாரதி காவிய நடையில் தூக்கலானது குயில். பாரதியின் காதல் குயிலாகக் கூவியது. குயில் பாட்டை 'நெட்டைக் கனவின் நிகழ்ச்சி' என்கிறான் பாரதி. வாழ்வே பெருங்கனவுதான். காதலோ மாயக்கனவு. குயிலைக் காகபுசுண்டர், கொங்கண நாயனார், வடலூர் இராமலிங்க அடிகள் ஆகியோர் குறியீடாக ஏற்றுப் புழங்கினர். மாறாக யுகபாரதியின் காதல் பிடாரியாக அலைகிறது. காக்கையாகக் காத்திருக்கிறது. மைனாவாக மாறுகிறது. கௌளியாகக் கத்துகிறது. மேலும் குருவி, வெள்ளெலி, மருதாணி, முருங்கையாகத் தோன்றி மறைகிறது.

காதலியை வேவு பார்க்கப் பகலில் காக்கையாகக் காவல்காக்கும் யுகபாரதி, இரவு ஆந்தையாக மரக்கிளையில் உட்கார்ந்திருக்கிறேன் என்கிறார். காக்கை முதுகுலத்தவர் சாயை; ஆந்தை இருண்மையின் அடையாளம். பறவைகளை முதுகுலமாகக் கருதும் வழக்கம் தமிழரின் தொன்மை என்கிறார் ஜேம்ஸ் பிரேசன். காக்கை கரைவது விருந்தினர் வருகைக்காக; கூகை உலவுவது அச்சத்தின் குறியீடாக. காகமும் கூகையும் அடித்தட்டு மக்களின் அடையாளம். ஒரே நேரத்தில் காதல் விருந்தாகவும் விஷமாகவும் மாறுவதை யுகபாரதி வரிகள் பேசுகின்றன.

தமிழ்க் கடவுள் முருகன் தொடங்கிப் பாவேந்தர் வரை காதல் முதிர்ந்து கனிந்துள்ளது. 'பணியா என வள்ளி பதம் பணியும் தணியா அதிமோகத் தயா பரனே' எனக் கந்தர் அநுபூதியில் அருணகிரிநாதர் பாடுகிறார். முருக காதலைப் போல் 'மாதர்' காதலால் நிரம்பி வழிகிறது அகத்திணைப் பாடல்கள்.

தலைவன், தலைவி பிரிவுகளைப் பாடிய சங்கப் பனுவல்கள் தன்னுணர்ச்சிப் பாடல்கள் ஆகா. இருபதாம் நூற்றாண்டில் தன்னுணர்ச்சிப் பாடல்களின் வாசற்படியைத் திறந்து வைத்தவன் பாரதிதான். யுகபாரதி தனது பாடல்கள் தன்னுணர்ச்சி இல்லை என்கிறார். பொது உணர்ச்சி தன் எழுத்தின் மையம் என்பது அவரது வாதம். தன்னுணர்ச்சி என்பதே பொது உணர்ச்சிதான் என்கிறார் ஹங்கேரி இலக்கியத் திறனாய்வாளர் மொரோட்டி லாஜோஸ் (Moroti Lajos). மேலும் அவர், 'நவீனத் தொடர்புச் சாதனங்களைவிட மிகவும் சுருக்கமாகவும் நுட்பமாகவும் உலகியலைப் பற்றி ஒரு தன்னுணர்ச்சிப் பாடல் உணர்த்தும் ஆற்றலைப் பெற்றுள்ளது' என்கிறார்.

'தன்னுணர்ச்சிப் பாடல்கள் இலக்கிய அந்தஸ்து பெற்று விளங்குவதற்குக் காரணம் அவை தனி மனிதனுடைய அனுபவங்களுக்கும் தனி ஒருவருக்கும் மட்டுமே உரிய உணர்வுகளுக்கும் வடிவம் கொடுக்காமல் மனிதருக்குப் பொதுவான உணர்வுகளுக்கும் அனுபவங்களுக்கும் உருவம் கொடுப்பதேயாகும்' என்பது அவர் முன்வைத்த கோட்பாட்டின் ஒரு பகுதி. நவீன காலத்தின் அடிப்படைப் பண்புகளில் ஒன்று, எந்தப் பொருளும் கவிதைக்குரியதே என்ற எண்ணம் செல்வாக்குப் பெற்று வந்திருப்பதுதான் என்கிறார் கைலாசபதி. விழுமிய பொருளைக் கவிஞன் இன்று தேடித் திரிய வேண்டியதில்லை. அதன் ஒரு பகுதிதான் வழக்குத் தமிழ்ச் சொற்கள். அதைப் பல கவிதைகளில் பயன்படுத்தியுள்ளார் யுகபாரதி. இது விடுதலை வெளிப்பாடு.

குறிப்பாகச் சொன்னால், 'மஹா பிடாரி' தன்னுரைப் பத்தியில் சங்கப் பாடல் வரிகளை நாட்டார் வழக்கில் எழுதிப் பார்க்கும் ஆவல் தனக்கு மிகுதி என்கிறார் யுகபாரதி. வள்ளுவர் குறளை, 'குருளை' எனும் சொல்லை புதிய நோக்கில் ஆய்ந்து செல்கிறார். அவர்

பார்வை அறிவார்ந்த வாசிப்பாக மிளிர்கிறது. மரபின் நீட்சியை ஏற்கும் யுகபாரதி வழுவை நீக்க, துணிந்து பேசுகிறார்.

யோசித்துப் பார்த்தால் மனித குலத்தின் முதல் மார்க்கம் காதல். ஆகவே மையல் மிகும் பல கவிதைகளை யுகபாரதி, வழக்குச் சொற்களைக் கொண்டு இந்தத் தொகுப்பில் பசலைப் பந்தலாகப் போட்டு விருந்தோம்பல் செய்துள்ளார்.

25.01.2025
பம்மல்

நிலவூறித் ததும்பும் விழிகளுக்கு

❐
வறுத்தெடுக்கும்
உன் நினைவுகளில்
வாழ்ந்து முடித்த களைப்பே
வந்து விட்டதெனக்கு
என்றாலும் உன் காதல்
விடுதாயில்லை
மூர்க்க முத்தங்களில்
மூட்டிவிடுகிறது தீயை
அடாவடி அணைப்புகளில்
ஆட்டுவிக்கிறது
ஆனந்தப் பேயை
உண்மையில் உன் அன்பின்
அட்டூழியங்களே உணர்த்திற்று
நீ மனுஷக் குமாரியல்லள்
மஹா பிடாரி

கையளித்த ரூபாய்
கஷ்டப்பட்டுச் சம்பாதித்ததா
கடன் வாங்கியதா
எனத் தெரியாத
பூக்கார அக்கா
உனக்கென்று கேட்டதும்
ஒரு விரற்கடைக் கூடுதலாக
நீட்டித்து நறுக்கினாளே
அந்தக் கனகாம்பரத்தில்
அறிந்துகொள்ளலாம்
என் காதலின்
நீளத்தை

☐
அம்மனுக்கும்
அம்பாளுக்கும் வித்யாசமுண்டா
முருகனுக்கும்
சுப்ரமணிக்கும் பேதமுண்டா
புஷ்பத்திற்கும் பூவிற்கும்
மாற்று உண்டா
எதையோ சொல்லவருவதுபோல்
தெரிகிறதுதானே
எனில், உன்மீது எனக்கு
எப்போதோ வந்துவிட்டது
அது

மேஜிக் ஷோவில்
கத்திக் குத்துக்கு
முகம் காட்டுபவளின்
கடவாய்ச் சிரிப்பு,
கூட்டத்தினரின் பதட்டத்தைக்
கூட்டிவிடுவதுபோல
ஏதோ ஒன்றினால்
நீ என் நடுக்கத்தை
நீட்டித்துவிடுகிறாய்
சாவையே ஒருகை பார்த்துவிடும்
சவாலுடன் நான் என்
அன்பின் கூர்வாளை உன் மீது
வீசிக்கொண்டிருக்கிறேன்
விடாமல்

❐
நாட்டுச் சரக்கடித்த
அப்பாவுக்கு நாலைந்து
காதல்

ஓட்டைப் பிரித்து
உள்ளிருந்த ஒருத்தியை
முத்தமிட்ட தாத்தாவுக்குப்
பாட்டி வாய்த்தது
பத்தாவது பெண்ணாக

ஒரே ஒருமுறை
ஒருத்தரிடமே
காதலென்றெல்லாம்
கதையளக்கும் சினிமாவில்
பாட்டெழுதிப் பிழைக்கும்
வாழ்வு என்னுடையது

யோக்கியத் தெருவில்
திருட்டுத்தனங்களே
உருட்டுகின்றன
இதய லோட்டாக்களை

ஆக்சுவலா காதலுங்கிறது
என்னான்னா.. போடாங்க

❐
அழுது நின்ற யசோதரையை
ஏறிட்டும் பார்க்காமல்
மனோநிலைகள்
அநித்தியமென்ற புத்தபகவான்,
தாம் நடந்து திரிந்த பாதைகளில்
ஒருமுறையேனும் உன் கண்களை
சந்தித்திருந்தால்
மறுபடியும் திரும்பியிருப்பார்
அரண்மனைக்கே

☐
இரண்டுத் தெரு
தள்ளி நடந்தால்
உன் வீடு வந்துவிடும்
இடைப்பட்ட தூரத்தில்
எத்தனை மரங்களோ
அத்தனையிலும் என் காதல்
அமர்ந்திருக்கிறது
பகலில் காக்கையாக
இரவில் ஆந்தையாக

❑
கோவில் மணியோசையில்
குலுங்கும் கொலுசொலியில்
எனச் சதா கவிதையில்
யார் யாரோ
தம் காதலிகளை
வர்ணிக்கிறார்கள்
எனக்கோ உன் குரல்
அகாலத்தின் பெரும் பசியில்
முலை சப்பும்
ஒரு பச்சிளங் குழந்தையின்
உதட்டொலியை ஒத்தது
அழ முடியாத தருணத்தில்
பொசுக்கென்று வெளியேறும்
விசும்பலே என் காதல்.

முதல் தலைமுறை
காதலன் என்பதால்
அழகாகப் பேசவோ
எழுதவோ வரவில்லை.
ஆயினும்,
பிள்ளைக் கறிக்கொடுக்கப்
பித்துற்ற தொண்டரைப்போல்
எதையெதையோ செய்து
ஏங்கிக் கிடக்கிறேன்.
கக்கடைசியில்,
என் பரம்பரையில்
பலபேர் சேர்த்துவைத்த
மொத்தக் காதலையும்
தலைக்குப்புற
கவிழ்த்துக்கொண்டிருக்கிறேன்
உன்னிடம்

☐
நெரிசல் நிரம்பிய
மினி பஸ்ஸில்
எங்கே உன் முகமெனத்
தேடிய நொடியில்
இளையராஜா எனக்குள்
இறங்கிக்கொண்டிருந்தார்
அடுத்த பாடல்
வருவதற்குள்
நான் என் காதலை
உனக்குக் காட்டிவிட
உத்தேசிக்கையில்
'ஆகாயத் தாமரை
அருகில் வந்ததே' என்று
முனகத் தொடங்கியது
உன் காதலும்
உபரி வெட்கமும்

☐
உனக்கொரு கோவிலோ
மாளிகையோ கட்டுமளவிற்கு
வசதியில்லை.
எங்கெங்கோ கிடக்கும்
சுள்ளிகளைப் பொறுக்கி
கூடமைக்கும் குருவியாகவும்
வாய்ப்பில்லை.
அதையும் இதையும்
கட்டுவதால் ஆகப்போவது
ஒன்றும் இல்லையென
உன்னையே
இறுக்கிக் கட்டிக்கொள்ள
எழுந்தோடி வருகிறது
என் காதல்

காட்டுத் தீயாக நம் சேதி
ஊரைப் பற்றியதும்
கத்தியும் கப்படாவுமாக
ஆளாளுக்குக்
கிளம்பிவிட்டார்கள்
வஞ்சம் தீர்க்க.
என் தலையோ
உன் தலையோ தரையில்
உருளுமென்றுதான்
பார்த்துக்கொண்டிருக்கிறது
ஜனக்கூட்டம்
காதலுக்குக் கண்ணில்லையெனக்
கதையளப்பதெல்லாம்
சும்மா

☐
பேச்சின் ருசியறிந்த
காதலின் நாக்குகளே
தொங்கிக்கொண்டிருக்கிறது
பத்ரகாளிகளின்
தாடைக்குக் கீழே

கண்ணீர் அஞ்சலி போஸ்டர்
ஒட்டப்பட்டிருந்த
வீதி வழியே போகையில்
சட்டென்று உன் முகம்
எதற்கோ வெளிறிற்று.
அதன்பின் உன்
உரையாடலில் தென்பட்ட
நடுக்கத்தை என் எந்த
நகைச்சுவைப் பேச்சாலும்
மாற்ற முடியவில்லை.
ஆணவக்கொலைக்கு
ஆட்பட்ட ஒருவர்
சமூகத்தின் சமநிலையைக்
குலைத்துவிட, இயல்பின்றியே
சிரிக்கிறோம் நீயும் நானும்.

□

நாட்டு மருந்துக்கடையில்
வாங்கிய ஜவ்வாதோ
நான்கைந்து நாள்களுக்கு
முன்னமே இஸ்திரி இட்டு
அலமாரியில்
பதுக்கிய சட்டையோ
ஒருக்களித்து வாரிய
தலைமுடியோ
உதடு குவித்துப் பேச
மேற்கொண்ட ஒத்திகையோ
எனக்கு உன்மீதுள்ள
அதீத அக்கறையைக்
காட்டிவிடும்.
ஆம், உனக்கெனில்
எது ஒன்றையும்
பார்த்துப் பார்த்துச் செய்கிறேன்
எப்போதோ நீ பார்த்த
ஒரே ஒரு பார்வைக்காக

▢
முறுவல் பூக்கும்
உன் உதட்டிற்குக் கீழே
முத்தமிடுகையில்
பெருகி வழிந்த பேராற்றில்
நீந்திக் குளிக்கிறேன்
அக்கணத்தில்
கரைகளுக்கு நடுவே
என்னையும் உன்னையும்
நனைத்தபடி
கொட்டோ கொட்டென்று
கொட்டியது வெயில்
நாவறள முட்டியது மூச்சு
முத்தமென்பது
வேறொன்றுமில்லை
காதல் தன் கமண்டலத்தில்
சேமித்து வைத்துள்ள
இன்பத் தீர்த்தம்

☐
மூளி காளி சூலிகளின்
மூர்க்க ஆட்டத்தில்
ஒரு காதல் தன் வேர்வைகளை
வெளியேற்றிக் கொள்கிறது

☐
ஆதி நெருப்பின்
உஷ்ணத்தை உணர
இறுக்கிக்கட்டிக்கொள்ளும் காதல்
சாம்பல் மேட்டில் நின்றுகொண்டு
சதா உருட்டுகிறது
தாயக் கட்டைகளை

☐
அந்தரத்தில் ஏரோட்டி
ஆருயிர்களை விளைவிக்கும்
அதே காதல்
கணங்கள்தோறும் கதறுவதேனோ
உக்கிரப் பசியில்?

□

கம்யூனிஸ்டுகள் நடத்திய
மாநாட்டுப் பந்தலில்
சோற்றுப் பொட்டலம்
விற்றிருக்கிறேன்.
ஊர் ஊராக
உண்டியல் குலுக்கி
நிதி சேர்த்திருக்கிறேன்
நம்பிய கொள்கைக்கு.
இம்மியும் பிசகாது
இன்றுன்னை நேசிப்பதற்கு
ஜென்னியும் மார்க்ஸூமே
காரணமென்றெல்லாம்
சொல்லிக்கொண்டிருக்கையில்
எங்கிருந்தோ வந்து
எச்சமிட்டக் குருவிக்கு
ஒரு காம்ரேட்டின்
புரட்சிகரக் காதல் செயல்பாடுகள்
புரிவதே இல்லை

திக்பிரமை பிடித்தவன்போல்
திரிகிறேனாம்
தின்ன உணவிருந்தும்
பட்டினி கிடக்கிறேனாம்
வேலை ஏதும் செய்யாமல்
வெதும்புகிறேனாம்
வீட்டில் இருந்தாலும்
சலவைத் துணி அணிகிறேனாம்
கண்டபடி சிரிக்கிறேனாம்
கவலை உற்றதாக நடிக்கிறேனாம்
எல்லா ஆமிலும் நீயிருக்க
அதை உன்னிடமும்
சொல்லாது மறைக்கிறேனாம்

❏
ஒரு குயில் தன் துணைக்குச்
சொல்லும் காதல் பாடல்
எதுவாயிருக்கும்?
ஒன்றை ஒன்று
பார்த்துக்கொள்ளும்
பூச்செடிகள் தம்முடைய
காதலை எந்தப் பூவினால்
கைமாற்றும்?
இரண்டு கெவுளிகள்
உற்ற காதலை உரைக்க
எப்படிச் சத்தமிடும்?
அதெல்லாம் ஒருபுறமிருக்க
நானெப்படி நடந்துகொண்டேனென
அவளிடம் கேளுங்கள்
அதை அவள் வெட்கத்தின்
சொல்லெடுத்துப் புன்னகையில்
வரைந்து காட்டுவாள்

44 □ மஹா பிடாரி

கல்லூரி முதலாண்டில்
ராகிங் செய்த சீனியர்கள்
யாரையாவது காதலிப்பதுபோல
நடித்துக் காட்டச்சொல்லி
நச்சரித்தார்கள்
முடியவே முடியாதென்று
முரண்டுபிடித்தேன்
கன்னத்தில் அறைவிழ
கைகளை முறுக்கி
காலால் எட்டி உதைத்தேன்
படிக்கவிடாமல் செய்திடுவோம்
என்றுகூட மிரட்டினார்கள்
எதற்கும் அசரவில்லை
நானாவது நடிப்பாவது
உண்மையாகவே உன்னை
காதலித்த விஷயம்
இப்போதாவது அவர்களுக்குத்
தெரியட்டும்

கவலைதோய்ந்த முகத்துடன்
கல்யாணம் எப்போதென்று
கேட்பவர்களைப் பார்த்தாலே
ஆத்திரம் வருகிறது
இளசுகள் இன்னும்கொஞ்சம்
பேசட்டுமே என விடுவதில்லை
எட்டி எட்டிப் பார்த்து
எதையாவது அட்வைஸாக
உருட்டுவது
வீடு, வாசல், குழந்தை, குட்டியென
ஏறியே பழக்கமில்லாத
பஸ்ஸிற்கு எங்கிருந்தாவது
துண்டைப் போடுவது
அவர்கள் என்ன
நினைக்கிறார்கள் தெரியுமா?
கல்யாணமாகிவிட்டால்
அதன்பிறகு நாமும்
அவர்களைப்போல்
காதலிக்கவே மாட்டோமாம்

கிளிப்பிள்ளைக்குச்
சொல்வதுபோலச் சொல்கிறேனே
புரியவில்லையா என்கிறாய்
வாயிலென்ன கொழுக்கட்டையா
பேசியாவது தொலைக்கலாமே
எனவும் பொருமுகிறாய்
கூடவே, என்றாவது ஒருநாள்
என் அருமை உனக்குத்
தெரியுமென்றும் சபிக்கிறாய்
நீயே தொடங்கி நீயே முடிக்கும்
காதலின் கனிவு நிறைந்த
சந்தர்ப்பங்களை உருவாக்கவே
சதா சர்வ காலமும்
யோசித்துக்கொண்டிருக்கிறேன்
கோபித்த பிறகு
நீ கொடுப்பாயே ஒருமுத்தம்
அதுபற்றியும்

வெங்கோடையில்
கூவித்திரியும் மைனாவின்
கணுக்காலில் கட்டியனுப்பலாமா?
அன்றலர்ந்த அமாவாசையில்
புரண்டெழும் மினுக்கட்டானின்
முதுகுச் சுருக்கத்தில்
முடிச்சியிட்டு அனுப்பலாமா?
ஆலிலையில் மடித்து
மதர்த்தோடும் பெரும்புனலில்
அனுப்பலாமா ?
இசைஞானியின் ஏதேனுமொரு
காதல் பாடலின்
இடையிசைக்குள் பதுக்கி
இரவோடு இரவாக
அனுப்பலாமா என்றெல்லாம்
யோசித்துக்கொண்டிருக்கிறேன்
அஞ்சலிலோ வாட்சப்பிலோ
அனுப்பினால் அது எப்படி
அந்தஸ்துமிக்க கடிதமாகும்
ராஜகுமாரியாக உன்னை
எண்ணுபவனுக்கு?

❏
மூன்று தெரு தள்ளியுள்ள
உறவினர் வீட்டிற்குப்
பொறித்த விரால் மீனையோ
கறிக் குழம்பையோ
கொடுத்துவிடும் தூக்குப்பையில்
வறமிளகாயுடன்
அடுப்புக் கரித்துண்டையும்
வேப்பங்கொழுந்தையும்
போட்டனுப்புவாள் அம்மா
பேய் பிசாசுகள்
பிடித்துவிடக்கூடாதாம்
அவளுக்கின்னுமே தெரியவில்லை
உன்னைப் பிடித்த நொடிமுதல்
உப்பு புளி காரத்துடன்
நாள் தவறாமல் நானனுப்பிவரும்
கவிச்சை நிரம்பிய
என் காதல் குறித்து

விமானத்தில் போயிருக்கிறாயா என
விழி விரிய நீ கேட்டபோது
பதில் சொல்ல வழியில்லாத
என் வார்த்தைக் கப்பல்
தரைதட்டி நின்றது
கார்களும் டூவிலர்களும்
எழுப்பிய ஹாரன் சப்தத்தில்
உன்னிடமிருந்து வெளிப்பட்ட
ஒவ்வொரு இசைக்குறிப்பையும்
உள்வாங்க முடியாமல்
உட்கார்ந்திருந்தேன் மவுனமாக.
நுங்கைச் சக்கரமாக்கி
நெய்வேலி காட்டா மணக்கில்
வண்டியோட்டிய என் மனம்
இப்போதும்
ஜாமுன்ரிபாக்ஸில் உள்மறைத்து
நீ கொண்டுவந்து நீட்டிய
பொன்வண்டின் சிறகுகளில்தான்
பறந்துகொண்டிருக்கிறது

கடுகு வெளிப்படுவது
வெடிப்புறும் நொடியில்
கந்தகத்தின் குரூரமோ
கனன்று எரியும் வேளையில்
கொதிதழலின் உக்கிரம்
குழம்பின் தகிப்பில்
காதலா அது ஒன்றுமில்லை
சாக்காட்டைப் பீராயும்
சாம்பல் பறவையின்
அக்குறும்புக் கொத்தல்கள்

□

கொடியடுப்பில்
குடல்கறி வேகக்கண்டதும்
பெரிய மாமாவின் முகத்தில்
அப்படியொரு
செளந்தர்யம் மின்னும்
சிவப்பேறித் தகிக்கும்
கண்களில்
பிராந்தியோ விஸ்கியோ
பிரியங்களைக் கக்கும்
ஏகக் காதலுடன்
அந்த நொடியிலேயே
அம்சவேணி
என்றழைக்கத் தொடங்குவார்
அத்தையை.
அத்தைக்கும் அப்பெயருக்கும்
ஒரு சம்பந்தமும் இல்லையென
ஊருக்கே தெரியும்

பின்வரிசையில் நடனமாடிய
அந்தப் பெண்ணுக்கு உன்னுடைய ஜாடை
வரிசை எதுவென்பது முக்கியமில்லை
உன்னை நினைவூட்டியதால்
அவள் முன்னுக்கு வரவேண்டுமெனப்
பிரார்த்தித்துக்கொண்டேன்

வெள்ளனே விழித்தெழுந்து
தலைமுழுகுவதோ
மெத்தை தலையணையின்றி
உறங்குவதோ
அசைவ உணவுகளை
அறவே தவிர்ப்பதோ
மதுவையும் புகையையும்
மறுப்பதோ
நாள் தவறாமல் பூஜையும்
விரதமும் பூணுவதோ
எனக்குப் பிரச்சினையே இல்லை
ஒரு மண்டலம்
பெண் பற்றி நினைவே
இருக்கக்கூடாதென்று
கூறினார்களே
அப்போதுதான்
மலைக்கு மாலைபோடும்
யோசனையிலிருந்து
பின்வாங்கினேன்
நாற்பத்து எட்டுநாள்
உன் நினைவுகளை மறக்கடித்து
அப்படி என்னதான்
கொடுத்துவிடுவார்
அந்த ஐயப்பன் ?

56 □ மஹா பிடாரி

❏
பெருவெள்ளம் சூழ்ந்த அன்று,
எனக்குநீ பரிசளித்த
பொருட்களெல்லாம்
என்னவாகுமோ
என்றுதான் பயந்தேன்
அகப்பட்ட அனைத்தையும்
கையிலே ஏந்தியபடி
வீட்டிலிருந்தவர்கள்
வெளியேறுகையில்
எரவாணத்திலிருந்து
தொப்பென்று விழுந்தது
எப்போதோ நீ கொடுத்த
ஆர்ட்டின் கீச்செயின்
அதன்பிறகே உணர்ந்தேன்
உள்ளேயும் ஒருவெள்ளம்
புகுந்துவிட்டதை

❐
சுட்டெரிக்கும் வெயிலில்
சொல் அற சிநேகித்து
இதற்குமேல் பேச
எதுவுமே இல்லையென்பதுபோலக்
கடற்கரையிலிருந்து எழுந்தோம்
ஒட்டிய மணற்துகள்களை
உதறியபடியே.
அந்திக்குள் வீடு திரும்பும்
ஆர்வத்திலிருந்த நம்மிடம்,
'என்னைப் பார்க்காமலேயே
கிளம்புகிறீர்களே' என்றது
கடல்.

ஓர் ஆத்திரத்தின்
அதிகபட்ச கால அவகாசம்
நான்கு நாளென்று
தீர்மானித்திருந்த நீயே
அதை ஓரளவு குறைத்து
இரண்டுநாளாகவும்
தற்போது
அரைமணி நேரமாகவும்
ஆக்கியிருக்கிறாய்
நெருங்க நெருங்க
எல்லாவற்றிலும் மாற்றங்களை
உண்டுபண்ணும் உன்னிடம்
வேண்டுவதெல்லாம்
ஒன்றே ஒன்றுதான்
அவசரத்தில் முடிவெடுத்து
முத்தங்களின் கால அளவைக்
குறைத்துவிடாதே

❏
அடுத்த வீட்டக்கா அழைக்க
ஆவி எழுப்புதல் கூட்டத்திற்குப்
போனாயாமே.
அங்கே யாருக்கு யாருடன்
காதல் எழும்புமென்று
ரெண்டு வரியேனும் கேட்க
முடிந்ததா?

□

உனக்கெல்லாம்
நல்ல சாவே வராதென்று
சபித்த அந்தப் பெரியவருக்கு
நெரிசல் மிகுந்த சாலையில்
ஒரு டூவீலரை
எப்படித் திருப்புவதெனத்
தெரியவில்லை
ஏலச்சீட்டிலோ
பங்குச் சந்தையிலோ
ஏமாந்திருப்பார் போல.
எரிந்து எரிந்து விழுந்த
அவர் கையில்
கீழே கிடந்த பூப் பொட்டலத்தை
எடுத்துக்கொடுக்கையில்தான்
கவனித்தேன்,
அவரும் அவருடைய
வீட்டம்மாவைக் கண்ணிலே
வைத்திருப்பதை

62 □ மஹா பிடாரி

☐
இரண்டாவது குறுஞ்செய்தியை
நீ அனுப்பும்போதுதான்
படுக்கையிலிருந்து எழுந்தேன்
விடிந்ததே தெரியாமல்
உறங்கியிருக்கிறேன்
காப்பி டம்ளருடன்
அறைக்குள் அம்மா நுழைந்ததும்
அவள் கண்ணில்
பட்டுவிடுமோயென்னும் பயத்தில்
தலையணைக்குள் மறைத்தேன்
செல்போனை.
ஆனாலும், கடந்துபோகையில்
சிரித்தபடியே
'ஒருநாளைக்கு எத்தன வாட்டிடா
அந்தப் பொண்ணு குட்மார்னிங்
போடுவா' என்றாள்.
சும்மா இருந்தாலும்
வரக்கூடிய சூரியன்கள்
எழுப்பாமல் விடுவதில்லை
காதலை

☐
விரிசலுற்ற அணைக்கட்டில்
கசியும் நீர்போல
விக்கித்து நிற்கிறது என்காதல்
எந்த நேரத்திலும்
தெறித்துச் சிதறும்
அபாயத்துடன்

❏
பப்பிக்கு
உடல் நலமில்லையென
நீ வர மறுத்த அன்று,
'என்னைவிடவும்
பப்பி பெரிதா?' என்றேன்.
'வேண்டுமானால்
வீட்டிற்கு வந்துபார்
உன்னைக் கண்டதும்
அது குரைக்காது' என்றாய்.
இந்தக் காதல் இப்படித்தான்
எப்போது பார்த்தாலும்
வாலாட்டிக்கொண்டே
வந்து நிற்கிறது
உன் முன்னே

பார்க்கோ பீச்சோ
இல்லாத ஊரில்
எங்கேபோய்க் காதலிப்பதென்று
கேட்டேன்.
அங்கேயும்
இங்கேயும் போகாமல்
காதலிக்கவே
முடியாதா என்றாய்
கலங்கிய கண்களுடன்.
என்னைத் தவிர
வேறு எதையுமே
பார்க்க விரும்பாத உனக்கு
எப்படித்தான் காட்டுவதோ
என் காதலை

❐
சிறுவயதில்
ஹார்லிக்ஸ் பாட்டிலில்
நான் வளர்த்த
கலர் மீன்கள்தாம்
உன்னுடைய
கண்களாயினவா என்றதும்
உமி புடைப்பதுபோல
உன்னிடமிருந்து
வெளிப்பட்ட சிரிப்பில்
விண்மீன்கள் துள்ளிக் குதித்தன
திருட்டுத் தூண்டிலில்
திமிங்கலம் சிக்கிவிட்டால்
எப்படியிருக்குமோ
அப்படியிருக்கிறது
என் நிலைமை

□

டி.வி.பெட்டியை
லாவகமாய்த் துணியால் கட்டி
லாரியில் ஏற்றினார்கள்
கட்டில், பீரோ, தட்டுமுட்டுப்
பாத்திரங்கள் என
அனைத்தையும் கவனத்துடன்.
பக்கத்திலேயே நின்றபடி
அப்பா அதட்டிக்கொண்டிருந்தார்
லோடுமேன்களை.
மீதமிருந்த குடி தண்ணீரைச்
செங்கொன்றைச் செடிக்கு
ஊற்றிய அம்மா
இருபது வருடங்களாக
வாழ்ந்த வீட்டை
ஏக்கத்துடன் பார்த்தபடி
முந்தியால் கண்களைத்
துடைத்துத் திரும்பினாள்.
அந்த அவரசத்திலும்

அக்கா தன்னுடைய அலமாரியில்
ஒளித்து வைத்திருந்த
கோல நோட்டை எடுத்துக்கொண்டாள்
குட்டித் தம்பி
ஆசையாய் வாங்கிய
கிரிக்கெட் மட்டையைச்
சாமான்களுக்கு
இடையே உடைவாள்போல
உள்ளே திணித்தான்
நானோ அழமாட்டாமல்
போய்க்கொண்டிருக்கிறேன்
ஈசானி மூலை இருட்டில்
வெட்கத்துடன்
நீ வழங்கிய முதல் முத்தத்தைப்
பொட்டலங் கட்டத்
தெரியாமல்

❏
உன்னை வழியனுப்பிவிட்டு
வந்த பிற்பாடு
இப்போதெல்லாம்
விருந்தினர்கள் வந்தால்கூட
இந்தக் காக்கைகள்
கரைவதில்லையே என
சலித்துக்கொண்டாள் அம்மா.
ஒன்றுமறியா வெள்ளந்தியவள்.
வீட்டிலே ஒருத்தியாய்
ஆகிவிட்ட உன்னைப் பற்றி
ஒரு காக்கையாவது
அவளுக்குச் சொல்லியிருக்கலாம்.
இத்தனைக்கும் மூதாதையர்களே
ஒவ்வொரு முறையும்
காக்கையாக வருகிறார்களென்று
மறவாமல் மாடிக்கு ஓடுகிறாள்
சோறு வைக்க.

☐
கேட்டதெல்லாம் கொடுக்குமாமே
காமதேனு அது எங்கேயிருக்கிறது
என்றாய் ஒருமுறை.
கேட்காமலேயே கொடுக்க
நானிருக்கிறேனே எனக்
கேட்பதற்குள் பொசுக்கெனக்
கிளம்பிவிட்டாய்
சூரியக் கொப்பறையைக்
கவிழ்த்துவிட்டு
சொல்லாமல் கிளம்புவதே
உன் வேலையாகிவிட்டது
அதுசரி,
காமதேனுவே ஆனாலும்
என்னைத் தாண்டி
எதைக் கொடுத்துவிடும்
உனக்கு?

☐
உப்பிலிட்ட முந்திரிப்பழம்
உறைப்பிலிட்ட ஒட்டுமாங்காய்
உண்டு முடித்த
நெல்லிக்குப் பின்னே
ஒரு குவளை தண்ணீரென
ஒவ்வொன்றில் இருந்தும்
ஒரு விசேஷ ருசியைக்
கண்டுபிடித்து வைத்திருக்கிறார்கள்
வெறுமனே ஒருவரால்
ஊகிக்க முடியாத
காதலின் விநோத ருசியை
எனக்கு நீ
காண்பிக்க வந்திருக்கிறாய்
கூச்சங்களுக்கு மத்தியில்

☐
இரண்டிலொன்று தெரியாமல்
இங்கிருந்து போக மாட்டேனென
நீ சொல்லியபோதே
தெரிந்துவிட்டது
உனக்கு என்மீது
கோபமே இல்லையென.
உடனிருக்கும் நேரத்தையும்
காதலையும் நீட்டிக்க
இன்னும் என்னென்ன
தந்திரங்களை வைத்திருக்கிறாயோ
ஒருவரைவிட்டு இன்னொருவர்
இந்தப் பிரபஞ்சத்தில்
எங்கேதான் போக முடியும்?

❑
ஆடிமாதத்து ஸ்பீக்கரில்
அருள் வேண்டிப்
பெருங்குரலெடுத்துப் பாடும்
எல். ஆர். ஈஸ்வரி
உறங்கும் மாரியாத்தாவை
உசுப்பிவிடுவதில்
குறியாயிருக்கிறார்.
தலையணை
நகர்ந்ததுகூடத் தெரியாமல்
அசந்து உறங்குமுன்னை
அதிகாலையிலும்
எழுப்பிவிடக் கூடாதேயென்னும்
எச்சரிக்கையில்
கனவிலும் தும்மாதிருக்கிறது
என் காதல்

❏
முகத்தை அஷ்டகோணலாக்கி
பழிப்புக் காட்டுவதெல்லாம்
எதிரே இருப்பவரை
எரிச்சலூட்டுவதற்கென்றுதான்
நினைத்துக்கொண்டிருந்தேன்
எந்தக் கோணத்திலும்
உன் முகம் காதலை மட்டுமே
காட்டுமென்னும் புரிதலில்லாமல்
எவ்வளவு முயன்றாலும்
உன்னால்கூட உன் அழகிலிருந்து
உன்னை விடுவிக்க முடியாது

▢
காற்றோட்டமில்லா
விடுதி அறையில்
உன்னைப் பற்றிய யோசனையில்
சரியும் போதெல்லாம்
ஒரு புதிய ஜன்னலோ
வாசலோ திறந்துகொள்கிறது
அங்கே நீ தூக்கிச்செருகிய
பட்டுப் பாவாடையில்
சின்னஞ்சிறுசுகளுடன்
தீபாவளி மத்தாப்புகளைக்
கொளுத்துகிறாய்
பூவரச இலையில்
நாயனம் ஊதுகிறாய்
தட்டான்களைப் பிடிக்கமுயலும்
வண்ணத்துப் பூச்சியாகிறாய்

ஓட்டாஞ்சில்லை வீசி
பாண்டி ஆடுகிறாய்
சுடும்போதே அம்மாவுக்குத்
தெரியாமல் பலகாரங்களைத்
திருடித் தின்கிறாய்
தேர்த் திருவிழாவில்
தொலைந்துவிடாதிருக்க
அக்காவின் கைகளைப் பிடித்து
நடந்துகொண்டிருக்கிறாய்
இப்படி எதையெதையோ
நான் பார்த்துக்கொண்டே
இருக்கிறேன்
திறந்துகொண்ட அந்த ஜன்னலில்
நீயும் நானும் காதலிப்பதுபோன்ற
காட்சிகள் எப்போது
வருமென்று

ஊதிக்கொண்டிருந்த சிகரெட்டை
உன்னைப் பார்த்ததும்
முதுகிற்குப் பின்னே மறைத்த
சரவணப்பெருமாள்
நேற்று முன் தினம் வந்து
'அந்தப் பொண்ணு
ஏதாச்சும் சொல்லிச்சாடா' என்றான்
ஒரு காதலுக்காக
எத்தனைபேர் பயந்து பயந்து
வாழ்கிறோமென்று தெரிகிறதா?

❐
ஒரு தாய்
தன் பிள்ளைக்குப் பஞ்சுமிட்டாயை
வாங்கிக் கொடுக்கையில்
அவள் கண்களில் ஒளிரும்
பால்யத்தைப் பார்த்திருக்கிறாயா?
கல்யாண வீடுகளில்
மணப்பெண்ணுக்குத் தோழியாக
நிற்பவளின் உதட்டில் உருளும்
வார்த்தைகளைக் கேட்டிருக்கிறாயா?
நல்ல சேதி உண்டா என
நாசூக்காகக் கேட்கும்
அத்தைகளின் அடாவடிக் காமத்தை
உணர்ந்திருக்கிறாயா?
இரட்டைக் குழந்தைகளைப்
பெற்றெடுத்தவளின் உடல்வீசும்
பால்வாசத்தைப் பருகியிருக்கிறாயா?
இப்படித்தான் நீ வரும்வரை
யோசித்துக்கொண்டிருப்பேன்
எதையாவது

82 □ மஹா பிடாரி

❏
உன்வீடு
எங்கே இருக்கிறது என்றதும்,
ஒருவர் மீன் சந்தைக்கு
எதிரே செல்லும்
தெருவைக் காட்டினார்.
இன்னொருவர்
தீபக் எலக்ட்ரிக்கல்ஸுக்குப்
பின்புறம் போகச் சொன்னார்.
முதியவரோ
'மலர் டியூசன் சென்டர் இருக்குல்ல,
அதுக்குப் பக்கத்துல' என்றார்
அச்சமயம் எதேச்சையாகத்
தென்பட்ட என் அக்காவின் தோழி,
'கமலா டைலர் கடைக்கு
அந்தாண்ட' என்றாள்.
ஒருவர்கூட எந்த வாசலில்
மருதாணியும் முருங்கையும்
பூத்துக் குலுங்குகிறதோ
அதுவே உன் வீடென்று
சொல்லவில்லை

☐
இப்போதுதானே
உன் இடக்கையை
இறுகப் பற்றி
நடக்கத் தொடங்கினேன்
அதற்குள் இந்தக்
கேடு கெட்ட மழைவந்து
எல்லாவற்றையும்
கெடுத்துவிட்டதே
கையில் குடையில்லாமல்
ஒருநாளேனும்
நீ வருவாயென்றுதான்
வந்து வந்து பார்க்கின்றன
இந்த மழையும்
அந்தக் காதலும்

இன்று காலையில்
செய்தி வாசித்த பெண்,
முன்னொரு சமயம்
நீ அணிந்து வந்த
சுடிதாரை நினைவூட்டினாள்.
பேருந்தில் எனக்குப் பின்னே
அமர்ந்திருந்த ஓர் அக்கா
உன்னுடைய
சிங்கப்பூர் கைப்பை போலவே
வைத்திருந்தாள்.
சில நாள்களுக்கு முன்
வேலையில் சேர்ந்த
ஜே.கே பேன்சி கடைப்பெண்
உன்போலவே கூந்தலைப்
பின்னலிட்டுக் க்ளிப்
போட்டிருந்தாள்.

கையில் பிரம்பில்லை எனினும்
கண்களால் மிரட்டும்
கெமிஸ்ட்ரி மிஸ்ஸிடம்
உனக்குக் கொடுத்தேனே
அதேபோல ஒரு கைக்குட்டை
இருக்கிறது.
இத்தனைப் பெண்களால்
நினைவூட்டப்படும் உன்னை
ஒரு நொடியேனும்
மறக்கமுடியுமா என்பதை மட்டும்
சொல்லிவிடு

❑
புளியம்பூக்குவியலாக
மண்டிக்கிடந்த
அரசினர் விடுதியில்
அவளுக்கு அவன் எதையோ
சொல்ல விரும்பினான்.
கோடை மாதத்திலும்
கூதலை உணர்த்த
அவளும் உம் கொட்டி
அடிக்கொருதரம்
முந்தியைச் சரி செய்தாள்.
அந்த அவள்தான்
பின்னொரு பெருமழையில்
வேறொரு புளியமரத்தில்
பிரேதமாய்த் தொங்கியவள்.
அன்றிலிருந்தே அவனுக்கு
சொல்லத் தோன்றிற்று
காதலுற்ற பேயும் பிசாசும்
புளியம்பூக்களில்
ஒளிந்திருப்பதாக

நண்பர்களுடன் சுற்றுகையில்
எப்போதாவது சிகரெட்டைத்
தொட்டிருக்கிறாயா
என்றாய் ஒருமுறை.
வெளியூர்ப் பயணத்தில்
யாரேனும் வற்புறுத்த
குடிக்க மறுத்திருக்கிறாயா
என்றாய் இன்னொருமுறை
தெரிந்துவிட்டதோ எனத்
திக்குமுக்காடையில்,
'எனக்குத் தெரியும்,
அப்படியெல்லாம் நீ
செய்யவே மாட்டாய்' என்றாய்
சிலசமயம் காதலும் இப்படித்தான்
நடிகர் திலகம் சிவாஜியையும் தாண்டி
ஓவராக நடித்துவிடுகிறது

❏
அழகாயிருக்கேனா
எனக்கேட்க வாய்வராத
வரகாலூர் முருகேசன்
என்றேனும்
புதுச்சட்டையணிந்தால்
ஃசெல்பி எடுத்து
'ஓகேவா மாப்ள' என்பான்
எனக்கா தெரியாது,
ஸ்கூலில் எனக்குப் பின்சீட்டில்
அமர்ந்திருந்த கஸ்தூரிக்கோ
பாத்திமாவுக்கோ கேட்கப்பட்டதே
அக்கேள்வியென்று.
எந்தச் சட்டையிலும்
மறையாத அம்மண மனசை
மூடமுடியாமல் துக்கிப்பதும்
காதல்தானே?

☐
வனாந்திரத்தில்
கொண்டுவிட்டாலும்
பூவையோ காய்கனிகளையோ
பறிக்காமல்
சுள்ளியைத் தேடியெடுக்கும்
அம்மாவுக்குப் பிறந்தவன்
காதல் சரிவருமாவென
யோசிக்காமலா இருந்திருப்பேன்?
கனன்றெரியும் நெஞ்சுக்குள்ளே
இன்னும் எத்தனை
கற்பூரக் கங்குகளை
அன்பென்னும் பெயரில்
தகிக்கவிடுவாயோ?
இன்றும் வேலை முடித்துவர
வெகுநேரமாகலாம்
அடுத்த வாரத்தில் ஒருநாள்
ரோட்டுக்கடை பூத்திலிருந்து
போன்போடுகிறேன், சரியா?
சத்தங்கேட்குது
லயன கட் பண்ணிடு.

❑
கோகுலாஷ்டமியெல்லாம்
கொண்டாடுகிறீர்களே
அந்த ஆட்களா நீங்கள் எனக்கேட்ட
சீதாலட்சுமி,
அய்யம்பேட்டை யூசுப்பிற்கு
எழுதிய காதல் கடிதத்தைக்
கொண்டுபோய்க் கொடுத்தது
நான்தான்
அப்படிக் காதலித்தார்கள்
என்பதுடன் அந்தக் கதை
முடிந்துவிடவில்லை

□

எட்டாவதோ பத்தாவதோ
உன்னுடன் படித்த
அங்கயற்கண்ணியைப்
போன வாரத்தில் ஒருநாள்
கவிதா சூப்பர் மார்கெட்டில்
சந்தித்தேன்,
கைக் குழந்தையுடன்.
பரஸ்பர விசாரிப்பையடுத்து
உன் பள்ளிக்கால
குறும்புத் தனங்களை
பட்டியலிட்ட அவள்
கிளம்புகையில், ‘எப்போது
நல்ல சேதி சொல்லப் போகிறீர்கள்‘
என்றாள்.
நான் மட்டுமே சொல்லக்கூடிய
செய்தியெனில்
டணால் தங்கவேலுவாக
அந்த இடத்தில் சிரித்திருக்கத்
தேவையில்லை.
அவளுக்கென்ன?
நூறுகிலோ சோளத்தைப்
பத்தே நிமிடத்தில்
பாப்கார்ன் ஆக்கிவிட்டுப்
பறந்துவிட்டாள்
நானல்லவோ நிற்கிறேன்
நடுவீதியில்

உன்னிடம் கேட்க
யோசித்த கேள்விகளில்
இதுவும் ஒன்று,
அற்புத விளக்கென்றுதானே
கதையில் சொல்லப்படுகிறது
பிறகேன் அதிலிருந்து
தெய்வம் வராமல்
பூதம் வருகிறது?

❑
வளர்ற புள்ள
கொஞ்சம் லூசாவே தையுங்கள் என
டைலரிடம் அப்பா
சொன்ன போதெல்லாம்
விநோதப் பார்வை ஒன்று
வெளிப்படும் என்னிடமிருந்து.
வளர்ற புள்ள
நல்லா சாப்பிட வேண்டாமா
என்று கடிந்துகொள்ளும்
அம்மாவிடமும் காட்டியிருக்கிறேன்
அதே ஆத்திரத்தை.
வளர்ற வளர்ற என்பதாக
வார்த்தைக்கு வார்த்தை
சொல்லியவர்கள்,
வளர்ந்தபின் வரக்கூடிய
காதலை மட்டும்

96 □ மஹா பிடாரி

❏
போட்டோ ஃபிரேம்போடும்
கடையில் நின்றிருக்கையில்
அங்கே மாட்டப்பட்டிருந்த
படங்களில் ஒன்றில்கூட
உன்முகம் இல்லையே என
வருந்துமளவிற்கு என் காதல்
வளர்ந்துவிட்டது
எத்தனை அழகான முகம்
உன்னுடையதென்று
அறியாத அந்தக் கடைக்காரர்
யாரோ ஒரு முதுகிழவியின்
புகைப்படத்தைச்
செப்பனிட்டுக்கொண்டிருந்தார்.
யாரென்றேன் அவரிடம்,
தன்னுடைய காதலியென்றோ
மனைவியென்றோ
சொல்லிவிடுவாரோ என்னும்
அச்சத்துடன்

அந்தப் புள்ள ஒன்னப் பாத்துச்
சிரிக்குதடா என்றவனின்
முகத்திலிருந்து வெளிப்பட்ட
விரக்தி காட்டியது,
காதலின் இன்னொரு முகத்தை
தனக்கில்லை எனத்
தெரிந்ததும் அவன் இதயம்
நொறுங்கிய ஓசையை
ஒவ்வொருமுறையும் கேட்கிறேன்
உன் சிரிப்பொலியில்.
இப்போதுதான் புரிகிறது,
மனநிலை பிறழ்ந்தவர்கள்
ஏன் விதவிதமாகச்
சிரிக்கிறார்களென்று

❏
பத்து வருடங்களுக்கு முன்
நாம் சந்தித்த
வாகை மரத்தடியில் தற்போது
ஓர் அழகிய நூலகம்
வந்திருக்கிறது.
எனக்கு உன் அன்பின்
கண் திறந்த அவ்விடத்திற்கு
பலபேர் போய்க்கொண்டிருக்கிறார்கள்.
தம்முடைய அறிவின் கண்களைத்
திறந்த கொள்ள
ஒருமுறை தற்செயலாக
என்னைப் பார்த்த
நூலகர், 'உங்களை எங்கேயோ
பார்த்ததுபோல் இருக்கிறதே' என்றார்.
'இங்கேதான் பார்த்திருப்பீர்கள்'
என்றேன்.
பத்து வருடங்களுக்குப் பின்
என்ன ஆவோமென்று
தெரிந்திருந்தால்
முத்தமிட அனுமதித்திருக்குமா
அந்த இடம்?

உன் அக்காவைப்
பெண் பார்க்க வந்தவன்
ஐந்தே நிமிடத்தில்
பிடித்துவிட்டதாகச் சொல்லியதும்
அது எப்படி பார்த்த
நொடியிலேயே
பிடித்துவிடுகிறது என்றாய்
வெகுளியாக.
ஒருவரைப் பிடிக்க
எவ்வளவு நேரமும் காலமும்
ஆகுமென்று உனக்காவது
தெரியுமா?

☐
ஒருவருக்குக்கூடத்
தெரியாத ரகசியமென்று
நீ சொல்வதெல்லாம்
ஏற்கெனவே எனக்குத்
தெரிந்திருக்கிறது
ஆனாலும், அப்படியா
என்பதுபோல முகத்தை
இறுக்கிக்கொண்டு
கேட்கத் தொடங்குகிறேனே
அதிலேதான் இருக்கிறது
என் காதலின் கம்பீரம்
அட்டைக் கத்தியையும்
அசல் வாளாகச் சுழற்றும்
குழந்தைகளுக்கு ஈடானவையே
உன் குறும்பும் சொற்களும்

❏
நிலைப்படிக் கதவில்
கால் வைத்து
ஊஞ்சலாடும் குழந்தைகளுக்கு
அக்கதவின் தனித்துவமோ
தாத்பரியமோ
தெரியாததுபோல
உன் கண்களில்
சதா என் காதல்
ஆடிக்கொண்டே இருக்கிறது
தவறி விழுந்தால்
என்னாகுமோ என்கிற
பதட்டமின்றிப் பார்க்கின்றன
என்னுடைய நாள்கள்,
எங்குபோய்ப் பழகினேனோ
ஒரே நேரத்தில் விளையாடவும்
வேடிக்கை காட்டவும்

மனது வைத்தால்
முடியாதது எதுவுமில்லை.
எனக்குள்ள பிரச்சனை,
உன்னிடமல்லாது
வேறு எங்கே வைப்பது
மனதை?

□

இரண்டடுக்கிலோ
மூன்றடுக்கிலோ
சவரிமுத்தண்ணன்
ஒரு வீட்டைக் கட்டுவதற்குள்
அங்கே கொட்டப்பட்ட
மணலில் நீயும் நானும்
கட்டியிருக்கிறோம்
நூற்றுக்கும் மேற்பட்ட
மணல் வீடுகளை
இப்போதுகூட நீ
வீட்டில் கொஞ்சம்
வேலையிருக்கிறது என்றால்
இளவயதில் நாம் கட்டிய
நூற்றுக்கும் மேற்பட்ட
வீடுகளில் எந்த வீட்டில்
வேலை என்றுதான்
கேட்கத் தோன்றுகிறது

❑
கல்யாண மண்டபத்தில்
கவனிக்க வேண்டியது,
கூட்டத்தை அல்ல
பாடப்படும் பாடல்களையோ
இசைக்கப்படும்
மந்திரங்களையோ அல்ல
வந்தவரை வரவேற்க
இருவீட்டாரும் எடுத்துக்கொள்ளும்
சிரத்தையை அல்ல
முறைப் பெண்களை
விழியால் மேயும்
இளைஞர்களை அல்ல
மணமேடை அலங்கரிப்பை அல்ல
உணவுப் பந்திக்கு
வரிசையில் நிற்பவர்களை

வழிநடத்தும் நபர்களை அல்ல
வாங்கி வந்துள்ள பரிசுப்பொருளைக்
கீழே வைக்கத்
தயங்குபவர்களை அல்ல
முண்டியடுத்து மொய்செய்ய
முனைபவர்களை அல்ல
அடுத்தவள் பொறாமைப்பட
நகையணிந்த
பேரிளம் பெண்களை அல்ல
ஒரு கல்யாண மண்டபத்தில்
கவனிக்க வேண்டியது,
எந்த இடைவெளியிலேனும்
அந்த மணப்பெண் தன்னுடைய
கைக்குட்டையால்
கசிந்த கண்களைத் துடைக்கிறாளா
என்பது மட்டுமே

☐
முதல் மார்க் எடுத்த
தன் பிள்ளையை
ஓர் ஏழைத் தகப்பன்
எப்படியெல்லாம் மெச்சுவானோ
அதுபோல உன் பற்றிய
பெருமிதங்களை
வாய் ஓயாமல் நண்பனிடம்
பகிர முற்படுகையில்,
'உனக்கு முன்னமே
அந்தப் புள்ளைக்கு நான்தான்
லவ் லெட்டர் கொடுத்தேன்
மாப்ள' என்றான்.
பேயறைந்தது போலிருந்தது.
பேயிடமும் காதலிடமும்
ஒரே நேரத்தில்
அறைவாங்கிய அனுபவம்
அவனுக்கில்லை

உன் இடக்கையை இறுகப் பற்றி
படிக்கட்டுகளிலிருந்து
கீழிறங்கும்போது
நானே என்னை மறந்த லயத்தில்
நிதானமும் நிதானமும் அற்ற
ஒருவித இச்சை எழும்புகிறதே
அதைத்தான் காதல் என்கிறீர்களா?

எவனோ ஏமாற்றியதால்
இரண்டாவது காதலையும்
சந்தேகித்த பத்மாக்காவுக்கு
மோப்பக்குழையும்
அனிச்சம் பூ மனது.
முதல் கோணலே
முற்றும் கோணலென
அடிக்கொருதரம் அழுதுவிடும்
அதன் கண்களில்
ஐடெக்ஸூக்குப் பதிலாக
வெறுமையும் விரக்தியும்.
வாய்த்ததை வைத்து
வாழத்தெரியாத நானுமே
புரிபடாத வேளைகளில்

புத்திமதிபோலச் சொல்வதுண்டு சிலவற்றை. எதையெடுத்தாலும் ஒப்பிட்டுப் பார்த்துத் தூக்கியெறிந்தவனை எண்ணியெண்ணித் துக்கிக்கும் உச்ச விசும்பலில் பொளேரென்று அறைந்திருக்கிறது நாலைந்துமுறை. வலி நிறைந்த காதலைத் தம்பியின் கன்னத்தில் பிரயோகித்த அக்கா, முத்தங்களை மட்டும் அவனுக்கே என்றதுதான் புரிந்துகொள்ளவே முடியாதது

நீ வருவதாகச் சொன்ன அன்று,
மூன்றுமுறை வீடு பெருக்கினேன்
முன்னறையில் கிடந்த
பழைய பொருட்களைக்
கண்ணுக்குத் தெரியாதபடி
பரணுக்குக் கிடத்தினேன்
துருத்திய அலமாரி நூல்களை
ஒழுங்குபடுத்தினேன்
மேசை, நாற்காலி, டீப்பாயென
அனைத்தையும் துடைத்தேன்
அப்பழுக்கற்று.
நீரருந்தும் குவளைகளை
மிக உயர்ந்த பொடியிட்டுத்
துலக்கினேன் வீச்சமின்றி
மனசை மட்டும்
அப்படியே வைத்திருந்தேன்
மூக்கு சிராய்ந்த
புத்தர் சிலையாக

❏
போதும் போதுமென
மறுக்கையிலும்
இரண்டொரு அன்னகரண்டியைத்
தட்டிலிட்டுவிடும்
கனகவல்லி பெரியம்மா,
'அவுகளும் உன்னமாதிரிதான்
எதுக்கும் பயந்து பயந்தே
முழுசா முடிக்காம
எழுந்திருவாங்க' என்றது.
அத்தனைச் சொற்களையும்
ஒளிப்படத்திலிருந்து கேட்கும்
பெரியப்பாவோ
ஸ்மைல் ப்ளீசுக்குச்
சிரிக்கமுடியாமல்
திணறியிருப்பது தெரிந்தது.
சொல்லுக்கும்
சொல்லாமைக்கும்
இடையே கிடக்கும் வாழ்வைப்
பொறுக்கிப் பொறுக்கியே
பொழுது கழிகிறதெனக்கு

□
பசுந்தழைகளை
ஆட்டுக்குப் பறிக்கையில்
எதிர்வந்து நின்றவளுக்குக்
காம்பில் பால்பீய்ச்சிக்
குடிக்கத் தந்திருக்கிறேன்.
கைமாறாக
அவள் பரிசளித்த வெட்கத்தில்
முள் கற்றாழையில்
முல்லைகள் மணந்தன.
எதனினும் ஏதோவொன்று
எத்தனை அழகு.
இன்றவள் கக்கத்திலிடுக்கிய
மூன்று வயது மகளுடன்
கணவன் சகிதம்
போய்க்கொண்டிருக்கிறாள்
ஆட்டிறைச்சி வாங்க

விசேஷ நாள்களில்
நீ கோவில் வரத்
தவறுவதில்லை என்றதும்
ஓதுவார் பயிற்சிப்
பள்ளியில் சேர்ந்து
அர்ச்சகராகலாமா என்றுகூட
யோசித்தேன்,
ஓரளவிற்குமேல்
அவர்களைப்போல் நீயுமே
உள்ளே விட மாட்டாயென்னும்
விவரம் புரியாமல்

□

டூவிலர் ஓட்டப் பழகியதும்
முதலில் வந்தது உன்னுடைய ஞாபகம்
பின் சீட்டில் நீ அமர
அதுதரும் குதூகலங்கள்
அப்போதே கண்களில் விரிந்தன.
மேடுபள்ளமுள்ள சாலை
எங்கெல்லாம் உண்டோ
அங்கெல்லாம் உன்னுடன்
ஊர் சுற்றும் கனவில் மிதந்தேன்.
எந்த வேகத்தில் போனால்
உனக்குப் பிடிக்குமென்று
தலை திருப்பிக் கேட்டுக்கொண்டேன்.
சைடு மிரரில் உன் முகம்
தெரியும்படி கண்ணாடியைச்
சரி செய்தேன்.
இடுப்பைக் கட்டிக்கொள்
காதையுரசி கதைகள் சொல் என
எனக்குள் நானே முணுமுணுத்தேன்.
டூவீலருக்கே இப்படியென்றால்
குதிரை ஓட்டப் பழகியிருந்தால்
....
போலாம் ரைட்

புரட்டாசியிலோ
ஐப்பசியிலோ
வரவேண்டிய மழை
முன்பே வந்துவிட்டால்
கார்த்திகையிலோ தையிலோ
வரவேண்டிய கோவில் கொடை
தடைபட்டுவிட்டால்
குடியே முழுகிவிடும் என்பார்கள்
உரிய நேரத்தில்
உன்னையும் என்னையும்
சேர்த்து வைக்க
ஒத்துக்கொள்ளாதவர்கள்

☐
பேச ஆள்கிடைக்காத
வயோதிகத்தில்
ஒரு காக்கையும்
சில பல்லிகளும் மட்டுமே
காதுகொடுத்தன,
சாவித்ரி பாட்டிக்கு.
ஆனபோதிலும் அதுகளிடம்
புருஷனின் அராஜகத்தையோ
அத்துமீறிய குடிவெறியில்
ஓங்கி ஓங்கி அடித்ததையோ
அது சொல்லியதில்லை.
இரண்டு மருமகள்கள்
இருக்கும் வீட்டில்

தன்னைக் கொண்டவனும்
யோக்கியனே என்றுதான்
பேசிப் பொருமியது.
காலக் கொடுமை என்னவெனில்,
ஒரே ஒருமுறை
வாய்த்துடுக்கில் அந்தக்கிழவன்
தன் நடத்தையைச் சந்தேகித்துத்
துப்பிய வார்த்தையை
மறக்கவே முடியாமல்
எல்லாப் பத்தினித் தெய்வத்திடமும்
ஒருவருக்கும் தெரியாதவாறு
அழுது அரற்றியதுதான்.
இன்னுமொன்று,
பேச ஆள்கிடைக்காத
இறுதி நாள்களில்
அதே சாவித்ரி பாட்டி
பேத்திகளின் காதல் கதைகளை
ஒட்டுக் கேட்பதையும்
வைத்திருந்தது வழக்கமாக.

❏
இந்த மழையேன்
இப்படிப் பெய்கிறது என்றாய்
அதட்டலுடன்
அதன்பிறகும் அந்த மழை
அடங்கவே இல்லை
முன்னிலும் தீவிரமாய்
முகத்தில் அறையத் தொடங்கிற்று
அதட்டியோ மிரட்டியோ
கட்டுப்படுத்த
முடியுமா மழையை?
இங்கே மழையைக்
காதலாகக் கருதிக்கொண்டது
நானில்லை

□

கோடியக்கரைக்குப்
போயிருக்கிறேன் என்றதும்,
அங்கே அமுதக்கடேஸ்வரர்
ஆலயமிருக்கிறதே பார்த்தாயா
என்கிறாய் பயபக்தியுடன்.
ஆவுடையார் கோவிலுக்குப்
போனதாகச் சொல்கையிலும்
அதே கேள்வி, அதே ஆர்வம்.
தில்லைக்கும் நெல்லைக்கும்
சென்றதாகத் தெரிவிக்கையிலும்கூட
அப்படித்தான்.
எந்த ஊரைச் சொன்னாலும்
அங்கே ஒரு கோவிலையோ
குளத்தையோ குறிப்பிட்டுப்
பார்த்தாயா பார்த்தாயா
என்றே கேட்டுத் தொலைக்கிறாய்
அருகிலே இருந்தும்
ஒருமுறையேனும் உன்னை
முழுசாகத் பார்த்திருக்கிறேனா
என்பதை மட்டும் சொல்லிவிட்டு
மேற்கொண்டு பேசு

❏
மலைகாத்த வள்ளியம்மையின்
பருத்த ஸ்தனங்களில்
கிளர்ச்சியுறாமல்
வேண்டுதல் முடித்து
வீடு திரும்பிய அன்று
ஏனோ உன் நினைவுகள்
வந்து வந்து போயின
அடிக்கடி

☐
சிலிண்டர் வெடித்துச்
செத்ததாகச் சொல்லப்பட்ட
கடையநல்லூர் வனிதாவைப்
பத்து வருடத்திற்குமுன்
யாரோ ஒருவருடன்
யாரோ ஒருவர் தியேட்டரில்
பார்த்த மர்மச் செய்தி
ஊரில் பரவிக்கொண்டிருக்கிறது
தீயாக

☐
ஆடுகோழி பலியிடுமிடத்தில்
அண்ணன்மார்கள் முன்னிருக்க
ஒருவருக்கும் தெரியாமல்
நீ சிரித்த சிரிப்பில்
தொங்கிவிட்டது என் தலை
விபரீதங்களைத் தொடங்கவே
விசேஷங்கள்

தேவதை, ராஜகுமாரி,
மஹாலட்சுமி எனப்
பாயத் தொடங்கிய
என் கற்பனைக் குதிரை
இறுதியில் எங்கே வந்து
நிற்கிறது தெரியுமா?
ஸ்கூல் அட்மிஷனுக்கு
விண்ணப்பம் வழங்கப்படும்
வரிசையில்.
ரேஷன் கடையில்
பத்துவகை மளிகைப் பொருட்களுடன்
அரசு கொடுக்கும்
பொங்கல் பரிசைப்
பெற்றுவிடும் பூரிப்பில்.
வீட்டு வரியையும்
கரண்ட் பில்லையும்
இறுதிநாள் கெடுவிலேனும்
செலுத்திவிடும் சிந்தனையில்.
இந்தமுறை வாக்களிக்க
எந்தக் கட்சி எவ்வளவு வைத்திருக்கிறது
என்னும் விசாரணையில்.
காதலே ஆனாலும்
மிடில் கிளாஸ் குதிரை
ஓரளவிற்குமேல் ஓடுவதில்லை
எங்கேயும்

தோட்டத்தில் பூத்து நின்ற
காட்டுச்செடியின் காம்பில்
உட்கார்ந்திருந்தது
ஒரு வண்ணத்துப்பூச்சி
பூவின் பெயரைத் தெரிந்துகொள்ள
முனைந்த கவிதை
நெடுநேரம் அங்கேயே நிற்க
காதலோ கண்ட மாத்திரத்தில்
புறப்பட்டுப் போனது
பூவும் வண்ணத்துப்பூச்சியும்
நீயே என்பதுடன்

இரட்டை மஸ்தான் மசூதியில்
நோவுகண்ட குழந்தைகளை
வருடிய பாபா
வரிசையில் நிற்பவர்களுக்குச்
சந்தனம், தாயத்து,
தீர்த்தக் குப்பி என வழங்க
ஊரே நம்பியது
அந்தப் பாபாவிடம்
சக்தியிருப்பதாக.
அவரோ கையிலிருந்த
மயிலிறகை அவ்வப்போது
அணைத்துக்கொள்கிறார்
அத்தனை காதலுடன்

☐
தெரியும் தெரியும்
என் காதல் உனக்குக்
கொடுத்துக்கொண்டிருப்பது
பால்குடி மறக்காத
குழந்தையின் தொந்தரவென்று

☐
இதற்குமேல் சொல்வதற்கு
ஒன்றுமில்லை என்றாய்
சொல்வதற்குத் தானே
ஒன்றுமில்லை?

◻
வாளிப்புக்கும் வயதுக்கும்
தொடர்பில்லையென
வார்த்தைக்கு வார்த்தை
சொல்லும்போதே
கௌசல்யா அண்ணிக்கு
சரிசெய்யத் தோன்றும்
முகத்தையும் முந்தியையும்.
பேரீச்சையை ஒத்த உதட்டில்
நாக்கைத் துழாவி
இப்படி எதையெதையோ
சொல்லிக்கொண்டே
பூ பின்ன ஆரம்பிக்கையில்
புதுவாசம் பூத்துவிடும்
தஞ்சாவூர்க் கதம்பத்தில்.
மனசுதானே வயசென்று
துள்ளித்துள்ளி நடந்தாலும்

இடைவெளியைத்
தாண்டிவிடாத அதன் சொற்களில்
உச்சிக்கோபுர மணியோசையைக்
கேட்டிருக்கிறேன் பலமுறை.
சகல சூழலிலும்
சௌஜன்யத்தைப் பராமரித்த
கௌசல்யா அண்ணி,
சாவுக்கட்டிலில்
ஒடுங்கிக் கிடக்கையில்
'ஒடம்பப் பாத்துக்கப்பா'
என்றது மட்டும்
உறுத்திக்கொண்டேயிருக்கிறது

❏
உச்சந்தலையில் இடியோ
நட்சத்திரங்களோ விழுந்தால்
என்னாகுமென்று யோசித்திருக்கிறேன்.
நகருக்குள் கடல் புகுந்தால்
பேரலையில் சிக்குண்டால்
மூன்றாவது உலகப்போர்
மூண்டுவிட்டால்
இன்னொருமுறை
எம்டன் கப்பல் குண்டுவீசினால் என
எதை எதையோ
மருந்துக்குக்கூட யோசிக்கவில்லை
இவ்வளவு சீக்கிரமே
என் பக்கம் உன் தலை
திரும்புமென்று

☐
கூட்டிற்குத் தோதான
சுள்ளிகளை ஒரு குருவி
தெரிவு செய்வதுபோல
வந்துசெல்ல வாகாகப்
பொந்தை அமைத்துக்கொள்ளும்
வயற்காட்டு வெள்ளெலி போல
இரு சொற்களுக்கு இடையே
நீ ஏற்படுத்தும் மௌனம்
அர்த்தமுடையதாக்கிவிடுகிறது
காதலை

பாக்கிடிக்கும் படுகிழவி
இல்லாதுபோன திண்ணையில்
வெற்றிலைக் காம்பாக
இறைந்துகிடக்கும் நினைவுகளை
உன்னையன்றி வேறுயாரும்
கூட்டிப் பெருக்க வருவதில்லை.
என் காதலை எங்கே விட்டாலும்
வந்துவிடுகிறது உன்னிடமே.
வீடுமாற்றும்போது
கவனிக்க ஆளில்லையெனக்
கோணியில் கட்டி
ஊருக்கு வெளியே
விட்டுவிட்டு வந்த
பூனையைப்போல

□

நைந்த சேலை
லேசாக நரைத்த தலை
பொழுதா பொழுதிற்கும்
புரணிப் பேச்சு
நடுங்கிய கையால்
உப்பையோ உறைப்போ
கூட்டிவிடும் சமையல்
முணுக்கென்றால்
மௌனக்கண்ணில் நீரென
என் அம்மாவின்
எந்தச் சாயலும் உன்னிடமில்லை
பிறகெப்படி இணை வைப்பேன்,
வாழ்வு நெடுகிலும்
இதயத்தில் சுமக்க ஏங்குமுன்னை
ஈரைந்தே மாதம்
வயிற்றில் சுமந்தவளுடன்?

☐
ஒருமுறை
உன்னைப் பார்த்த
என் அம்மாச்சி
நெற்றி வருடி, நொறுங்கும்
சொடக்குகளுடன் சொன்னது
மகாலட்சுமிபோல் தெரிகிறாயென்று.
அதேபோல
அன்று கை நிறைய
புத்தகங்களை வைத்திருந்ததால்
சரஸ்வதியே வந்தாளென
அம்மாவும் தன் பங்கிற்குச்
சர்டிபிகேட் கொடுத்தாள்.
எனக்கு எப்படித்
தெரிகிறாய் என்றுமட்டும்
கேட்டுவிடாதே
தலையே வெடித்தாலும்
அதைநான் சொல்லமாட்டேன்
ஏனெனில், வெட்கத்தில்கூட
உன் தலை குனியக்கூடாதென்னும்
விருப்பம் என்னுடையது

கடல்கடந்து
வேலைக்குப்போன
முத்து அண்ணன்
ஊர் திரும்பும்போது
கைநிறையக் கொண்டுவந்த
சாக்லேட்டில்
புளிப்பைத் தவிர ஒன்றுமில்லை
மனைவி மாசமாயிருப்பதால்
இம்முறை ஊரையே
புளிக்க வைத்திருக்கிறார்
செத்துப் பிழைத்த
சிவலிங்கம் தாத்தாவோ
சதா நக்கலடிக்கிறார்
ஒருகாலத்தில் காதலுக்காகப்
புளியமிளாரால்
அவர் வாங்கிய அடியை

❑
பரிபூரணச்
சரணாகதியென்னும் சொல்
பக்தி மார்க்கத்தில் உதிர்க்கப்படும்
அது யாரோ யார்மீதோ வைத்த
அதீத அன்பை மட்டுமா
காட்டுகிறது?

❑
தண்ணீரைத் தேடியே
தண்ணீர் ஓடுகிறது
என் காதலோ
கூழாங்கற்களெனக்
கூடவே உன்னுடன்

☐
விடுமுறைநாளில்
அம்மாவிற்குத் துணையாகக்
கடைக்குப் போவேன்.
துவைத்த
துணிமணிகளைப் பிழிந்து
காய வைப்பேன்
தொடவே விடமாட்டாள்.
அக்காவென்றாலும்
வலிந்துபோய் துடைப்பமெடுத்து
வீடு பெருக்குவேன்.
சாமிப் படங்களுக்குப் பூவைத்து
விளக்கேற்றுவேன்.
சமையலுக்கு உதவியாக
உள்ளியோ வெங்காயமோ
உரிப்பேன்.
சமத்திலும் சமத்தாக இருப்பேன்.
வேலைகளுக்கு இடையே
உன்னிடமிருந்து ஒரே ஒரு
குறுஞ்செய்தியேனும்
வராதா என ஏங்கியவாறே

☐
செல்லப் பெயர்வைத்து
ஒருவரைக் கூப்பிடுவது அன்பு
பட்டப் பெயரிட்டு அழைப்பது
பகையின் தந்திரம்
இருக்கும் பெயரைச்
சுருக்குவது, பிரியத்தை
நீட்டிக்கும் குறுக்குவழி
பின்னொட்டாக என் பெயரை
நீ போட்டுக்கொள்ள விரும்புவது,
அடிமை மனோபாவம்.
காதலுக்குரியதெதுவெனில்
பெயரே இல்லாமல் போவது

உன் வீடுள்ள
தெருவைக் கடக்கும்போது
இரண்டு பேர் வண்டியில் மோதி
கீழே விழுவதைப் பார்த்தேன்.
ஒரு சிறுவன்
நாய்வாலைத் திருகியதையும்
வயோதிகப் பிச்சைக்காரர்
கைநீட்டியதையும்கூட.
உன் தெருவிலும்
பேரம்பேசித்தான் காய்கறிகளை
வாங்குகிறார்கள்.
சில வீடுகள் அழுக்கடைந்து
பார்க்கவே சகிக்கவில்லை.
குறுக்கும் நெடுக்குமாகக்
கேபிள் ஒயர்கள் தொங்கின.
போடப்பட்டிருந்த கோலங்களில்
ஒன்றே ஒன்றில்தான்
ஒழுங்கிருந்தது.
ஆமாம், உன் வீடுள்ள தெரு
நான் எண்ணியதுபோல
உன் வீடுள்ள
தெருவாகவே இல்லை

146 ☐ மஹா பிடாரி

□

கல்லூரிக்கு
மார்பில் புத்தகங்களை
அணைத்துச் செல்லும் பெண்களைக்
காட்டுகிறார்கள் சினிமாவில்.
இன்று எந்தப் பெண்ணும்
அவ்வளவு பதுவுசாகப் போவதில்லை
முப்பது வருடத்திற்கு முன்
அப்படித்தானோ எனக் கேட்டேன்
அம்மாவிடம்,
‘பயக பாப்பாங்கன்னு
என்னத்தான் படிக்கவே விடலயே
ஒங்கத் தாத்தா’ என்றாள் விரக்தியுடன்.
அக்குரலில் தென்பட்டது
படிக்காத குறை மட்டுமில்லை

☐
தண்டவாளத்திலெல்லாம்
தலைவைத்துப் படுத்திருக்கிறார்கள்
மொழியைக் காப்பாற்ற
நான் எடுக்கவுள்ள முடிவு,
என் காதல் மொழியை
நீ எந்த இடத்தில் வைக்கப்போகிறாய்
என்பதைப் பொறுத்தே

☐
'இல்லாததைச் சொல்லாதே'
என்பது அடிக்கடி நீ உச்சரிக்கும்
வாக்கியங்களில் ஒன்று.
'இல்லாததைச் சொல்கிறேனா
சரி, இருக்கிற காதலையாவது
சொல்ல விடு' என்றால்
அதற்கும் சண்டைபிடித்தால் எப்படி?

❐
பேசும்போது மனிதர்களை
அது இது என்கிறாயே
அவர்களால் அதை
ஏற்றுக்கொள்ள முடியுமா
எனக் கேட்டதற்கு,
'உன்னை அவர்கள்
ஏற்றுக்கொள்ளும்வரை
அப்படித்தான் சொல்வேன்' என்றாய்
ஆத்திரத்துடன்
அது இதுவாக இருந்த என்னை
ஆணாக்கியது அந்தப் பதில்

வீடு மாற்றும்போது கிடைத்தது,
நீ முன்னெப்போதோ தவறவிட்ட
கல்தோட்டின் ஒற்றைத் திருகாணி.
வேடிக்கை என்னவென்றால்,
அதை என் தங்கை
தன்னுடையதென்று கூறி
சந்தோசப்பட்டதுதான்.
ஒருவர் இன்னொருவரைச்
சந்தோசப்படுத்த எதையாவது
தொலைக்க வேண்டும்போல

☐
ரங்கராட்டினக்காரர்
ஊருக்குள் வந்த பிறகே
திருவிழா களைகட்டும்
ஒரு சுற்றுக்கு எவ்ளோ ரூபா எனச்
சின்னஞ்சிறுசுகள் கேட்க
இருப்பதைக் கொடுத்தால்
போதுமென்பார்
இருந்த மனசை
உன்னிடம் கொடுத்துவிட்டு
சுற்றிக்கொண்டிருக்கிறேனே
அப்படி

மூக்கணாங்கயிறு
மாட்டிய அன்று,
திமிறிய பசுவைப்
பார்த்தபடியே
நின்றிருந்த என்னை
நையாண்டி செய்த
காமாட்சி சித்திக்கு
ஈனும் பாக்கியமே
இல்லாதுபோனது
கயிற்றைக் கட்டுவதாலேயே
அடங்கிவிடுவதில்லை
ஆசாபாசங்கள்

உனக்கொரு சேலையோ
சுடிதாரோ வாங்கித் தர
கடை கடையாக ஏறி இறங்கினேன்.
எது உனக்குப் பொருத்தம்
என்பதைவிட, எது உனக்குப்
பிடிக்கும் என்பதில்
கூடியிருந்தது அக்கறை.
வண்ணங்களைத்
தேர்ந்தெடுப்பதிலும்
அனுபவமில்லாததால்
வருவோர் போவோரை
வைத்தக் கண் வாங்காமல்
பார்க்க வேண்டியதாயிற்று
முதல் துவைப்பில்
சாயம் போகுமா
நூல் பிரியுமா என்றெல்லாம்
கேள்விகளைக் கேட்டுத்
துளைத்தெடுத்தேன் கடைப் பையனை.
விலை எவ்வளவெனினும்
வாங்கிடத் தயாராகையில்
'யார் மாதிரி இருப்பாங்க
அவங்க' என்றார் மூத்த சிப்பந்தி.
அப்போதுதான் வெறுங்கையோடு
வெளியேற முடிவெடுத்தேன்,
யாருடனும் உன்னை ஒப்பிட
மனமில்லாமல்

❐
முன்னொரு சமயம்
நீ அணிந்துவந்த
கிளிப்பச்சைத் துப்பட்டா
நேற்று கண்ட கனவில்
மங்கலாகத் தெரிந்தது
உன் முகத்திற்கு முன்னால்
எதுதான் மங்காதிருக்கிறது?

❐
வெகுண்டெழுந்து நீ
வீதியுலா வருகையில்
உன் விபூதி தட்டில்
இடுவதற்கே வைத்திருக்கிறேன்
என் காதலை

☐
விடியற்காலை
எப்படி என்று விசாரித்தேன்
பால் பேப்பர் போடுபவனிடம்,
அதுவா என்று தொடங்கியவன்
'அந்தக்கா வீட்டில்
அந்த நேரத்திலேயே
அகர்பத்தி வாசனைவரும்
ஜன்னலில்' என்றான்.
என் கேள்வி, விடியலைப் பற்றியது.
அவனுக்கோ அது,
அந்தக்கா வீடு
அகர்பத்தி வாசனை

❑
கூடுதலாகப் புகழ்ந்துவிட்டேனோ
எனத் தோன்றியது ஒருநாள்.
மிகக் குறைவாகப் பேசிவிட்டோனோ
எனத் தோன்றியது இன்னொருநாள்.
இப்படித்தான் ஒவ்வொருநாளும்
தோன்றித் தோன்றிக் காதலென்னை
இன்புறுத்துகிறது

❑
சைக்கிள், பேருந்து, ரயில்
டூவீலர், கார், விமானம் என
எதில் பயணித்தாலும்
உன்னை வந்தடையும்
நேரமும் வேகமும் ஒன்றுதான்
நினைவுகளென்பவை
பசித்த எனக்கு நீ ஊட்டிவிடும்
கனாச் சோறு

கடன் தொல்லையிலிருந்து
தப்பிக்கக் குடிக்கத் தொடங்கியவர்,
அடமானம் வைத்த
வீட்டையும் வயலையும்
மீட்க முடியாமல்
குடிக்கே அடிமையானார்.
பார்த்த வேலையும்
பறிபோனது.
அக்கம் பக்கத்தில் பரிவுகாட்ட
ஒருவருமில்லை.
உயிரையே அழிக்குமளவிற்கு
அது என்ன கடனென்றேன்,
'காதலித்தவள் கேட்க
வாங்கிக் கொடுத்தது' என்றார்கள்.

☐
சொல்வது நீயெனில்
நம்புவதே என் காதல்
மரவட்டையைப் பிடித்துவந்து
பட்டாம்பூச்சி யென்றாலும்

☐
அச்சமாயிருக்கிறது,
காப்பு கட்டிய பிறகு
கவிச்சி கூடாதென்பவர்கள்
என்னிடமுள்ள
உன் மீன் கண்களைப்
பிடுங்கிவிடுவார்களோ என

எதேச்சையாக
உன்னைச் சந்தித்த
பிடாரிக் கோவிலுக்குப்
பித்தளைக் குத்துவிளக்கு
வாங்கித் தருவதாக
வேண்டியிருக்கிறேன்
உன்னால்
வெளிச்சமடைந்த ஒருவன்
வேறு எதைத்தான்
வேண்டுவேன் அம்மனிடம்?